കുചേലന്റെ കുട്ടികൾ

Kuchelante kuttikal
Stories

Prabhakaran Pazhassi

CHINTHA PUBLISHERS
Thiruvananthapuram

First Chintha Edition
August 2021

Published
Chintha Publishers, Thiruvananthapuram

Typesetting
Star Communications, Thiruvananthapuram

Printed at
Print Express, Kochi

Cover Design
Subin Abraham

Illustration
Ratheesh Vincent

ISBN : 978-93-90301-72-0

CO - 3017 / 5517

₹ 110

Email: chinthapublishers@gmail.com
Website: www.chinthapublishers.com

Distribution
DESHABHIMANI BOOKHOUSE
H O Thiruvananthapuram 695035

Branch
Head Office Kunnukuzhi • Statue Thiruvananthapuram •
KSRTC Bus Station Thiruvananthapuram
KSRTC Bus Station Alappuzha • KSRTC Bus Station Ernakulam •
Machingal Lane Thrissur • IG Road Kozhikode •
Mavoor Road Kozhikode • NGO Union Building Kannur •
Central Bus Terminal Complex Thavakkara Kannur

കുചേലന്റെ കുട്ടികൾ
(കഥകൾ)

പ്രഭാകരൻ പഴശ്ശി

ചിന്ത പബ്ലിഷേഴ്സ്
തിരുവനന്തപുരം-695 035
വില : ₹ 110

പ്രഭാകരൻ പഴശ്ശി

കണ്ണൂർ ജില്ലയിലെ പഴശ്ശിയാണ് സ്വദേശം. എം എ, എം ഫിൽ, പിഎച്ച് ഡി ബിരുദങ്ങൾ. പത്തു വർഷത്തോളം പ്രൈമറി സ്കൂൾ അദ്ധ്യാപകൻ. കൊല്ലം കണ്ണൂർ എസ് എൻ കോളേജുകളിൽ 28 വർഷത്തെ സേവനത്തിനു ശേഷം 2012 ൽ വിരമിച്ചു. 2014 മുതൽ തൃശൂരിൽ സ്ഥിരതാമസം. ഗവ. സാംസ്കാരിക പ്രസിദ്ധീകരണ വകുപ്പിൽ എഡിറ്ററായും കേരള സംഗീത നാടക അക്കാദമി സെക്രട്ടറിയായും സംസ്ഥാന സാക്ഷരതാ മിഷൻ അതോറിറ്റി ഡയറക്ടറായും ഡെപ്യൂട്ടേഷനിൽ പ്രവർത്തിച്ചു. യു ജി സി എമെറിറ്റസ് പ്രൊഫസറായി തെരഞ്ഞെടുക്കപ്പെടുകയുണ്ടായി. സാംസ്കാരിക വകുപ്പുമന്ത്രിയുടെ അഡീഷണൽ പ്രൈവറ്റ് സെക്രട്ടറിയായും സേവനമനുഷ്ഠിച്ചിട്ടുണ്ട്. ഇപ്പോൾ ഗവ. സാംസ്കാരിക ഉന്നത സമിതി സെക്രട്ടറിയാണ്. കേരള സംഗീത നാടക അക്കാദമി സെക്രട്ടറിയുടെ അധികച്ചുമതലയും വഹിക്കുന്നു.

സംസ്കാരകേരളം, കേളി, അക്ഷരകൈരളി, സാംസ്കാരിക കേരളം തുടങ്ങിയ സർക്കാർ പ്രസിദ്ധീകരണങ്ങളുടെ പത്രാധിപരായിരുന്നിട്ടുണ്ട്. *ഓർമ്മകൾ ജ്വലിക്കുന്നു* എന്ന ടെലിഫിലിമിന്റെ സംവിധായകൻ. ബാലസാഹിത്യത്തിൽ നടത്തിയ ഗവേഷണത്തിനാണ് ഡോക്ടറേറ്റ്. ചെറുകാട് അവാർഡ്, പി ടി ഭാസ്കരപ്പണിക്കർ അവാർഡ്, അബുദാബി ശക്തി അവാർഡ്, ഡോ. കെ എൻ എഴുത്തച്ഛൻ അവാർഡ്, എസ് ബി ടി അവാർഡ് തുടങ്ങിയവ ലഭിച്ചിട്ടുണ്ട്.

പ്രധാന കൃതികൾ: *ഉദകമണ്ഡലം, തിരുനാവായ, പോസ്റ്റ് മോഡേൺ ഹിതോപദേശകഥകൾ, മംഗളവനത്തിലെ പ്രേമയക്ഷി* (കഥകൾ), *വസൂരി മാല* (നോവൽ), *മാജിക് മാമൻ, ചിരിക്കുന്ന പൂച്ച, മൃഗഡോക്ടർ, ദേ ... പിന്നേം മൃഗഡോക്ടർ, മന്ദാരക്കുരുവിയും കുറുമ്പൻ കുട്ടിശങ്കരനും, എ കെ ജിയുടെ കഥ* (ബാലസാഹിത്യം), *സഞ്ജയൻ: കാലത്തിന്റെ മനഃസാക്ഷി, ചെറുകാട്: വ്യക്തിയും സാഹിത്യകാരനും, പഴശ്ശിരാജ, മലയാള ബാലസാഹിത്യ ചരിത്രത്തിനൊരാമുഖം, ന്യൂ ജനറേഷൻ മലയാള സിനിമ, കുട്ടികളുടെ മനസ്സും ബാലസാഹിത്യവും* (ഗവേഷണപഠനങ്ങൾ).

പത്നി : ഡോ. സുജയ വി എൻ
മക്കൾ : അതുൽ പി എസ്, ഡോ. അമൽ പി എസ്
വിലാസം : പ്രമദം,
രാമവർമ്മപുരം പി ഒ
തൃശൂർ 680631
ഫോൺ : 9400146500

ഉള്ളടക്കം

പ്രസാധകക്കുറിപ്പ്

ദേശഭാവനയിലെ ഗ്രാമീണ ദൃശ്യങ്ങളെ പകർത്തുന്ന കൃതി. ഭൂതകാലത്തെ മഹത്വവല്ക്കരിക്കുകയല്ല, ഭൂതകാലത്തിൽനിന്നും വേർപെട്ടു പോരുവാൻ കഴിയാത്ത ദുർബ്ബല മനുഷ്യരുടെ വ്യത്യസ്ത ചിത്രങ്ങളാൽ സമ്പന്നമാണ് *കുചേലന്റെ കുട്ടികൾ* എന്ന കഥാസമാഹാരം. ഭൂതകാലത്തിലേക്കൊരു സഞ്ചാരത്തിനു പ്രേരിപ്പിക്കുന്ന ഈ സമാഹാരം വേറിട്ട വായനാനുഭവം പ്രദാനം ചെയ്യും.

ചിന്ത പബ്ലിഷേഴ്സ്

അച്ഛന്റെ മടിയിലിരുന്നാണ് ഞാനാദ്യമായി എന്തൊക്കെയോ കുത്തിക്കുറിക്കാൻ തുടങ്ങി യത്. ആദ്യത്തെ പുസ്തകം പുറത്തിറങ്ങുന്ന നേരത്ത് അച്ഛനെയല്ലാതെ മറ്റാരെ ഓർക്കാൻ?

ആമുഖം

കുചേലന്റെ കുട്ടികളുടെ രണ്ടാം വരവ്

കുചേലന്റെ കുട്ടികൾ എന്ന കഥാസമാഹാരം പ്രസിദ്ധീകരിക്കുന്നത് 1991 ലാണ്. ഡോ. തോന്നയ്ക്കൽ വാസുദേവനും അദ്ദേഹത്തിന്റെ വത്സല ശിഷ്യൻ ഗോപീ നാരായണനും ഞാനുമടങ്ങുന്ന ഗ്രീൻ ബുക്സ് എന്ന പ്രസാധന സംരംഭത്തിന്റെ ആഭിമുഖ്യത്തിലായിരുന്നു അച്ചടി. നമ്പൂതിരി, ചൻസ്, മദനൻ, ഭാസ്കരൻ എന്നിവരുടെ ഇല്ലസ്ട്രേഷനുപയോഗിച്ച് ഗോഡ്ഫ്രേ ദാസ് ആകർഷകമായ കവർ വരച്ചു തന്നു. സാബു ആട്ടുകൽ ചുരുങ്ങിയ ചെലവിൽ മുഴുവൻ കവറും സ്ക്രീൻ പ്രിന്റ് ചെയ്തു തന്നു. ജവഹർ ബാലഭവൻ പ്രസ് രണ്ടായിരത്തി മുന്നൂറു രൂപയ്ക്ക് ആയിരം കോപ്പി അച്ചടിച്ചു തന്നു. തോന്നയ്ക്കൽ വാസുദേവന്റെ സ്വർഗ്ഗത്തിന്റെ താക്കോൽ കൂടി അച്ചടിച്ചതോടെ ഗ്രീൻ ബുക്സിന്റെ ദൗത്യം അവസാനിച്ചു. ഇതൊന്നുമറിയാതെ പിന്നീട് തൃശൂരിൽ വേറൊരു ഗ്രീൻ ബുക്സ് ഉദയംകൊണ്ടു.

തൃശൂരിൽ സാഹിത്യ അക്കാദമിയുടെ വൈലോപ്പിള്ളി ഹാളിൽ വച്ച് പ്രൊഫ. എം എൻ വിജയൻ പ്രൊഫ. കെ പി ശങ്കരന് ആദ്യപ്രതി നല്കി *കുചേലന്റെ കുട്ടിക*ളുടെ പ്രകാശനം നിർവ്വഹിച്ചു. ബാലസംഘം പ്രവർത്തകനായിരുന്ന കാലം മുതൽ അടുപ്പമുണ്ടായിരുന്ന *ദേശാഭിമാനി* വാരിക മുൻ പത്രാധിപരും അന്ന് കേരള സംഗീത നാടക അക്കാദമി സെക്രട്ടറിയുമായിരുന്ന സ. എം എൻ കുറുപ്പായിരുന്നു അദ്ധ്യക്ഷൻ. തോന്നയ്ക്കൽ വാസുദേവൻ, അശോകൻ ചരുവിൽ, അഷ്ടമൂർത്തി, ബാലചന്ദ്രൻ വടക്കേടത്ത്, സി പി ഹരീന്ദ്രൻ എന്നിവർ ആശംസിക്കുകയും ചെയ്തു.

പതിമൂന്നു രൂപയായിരുന്നു, വില. പല പുസ്തകക്കച്ചവടക്കാരും വിറ്റതിന്റെ കണക്കുപോലും പറഞ്ഞില്ലെങ്കിലും പുസ്തകം ആറു മാസത്തിനകം തീർന്നു. മൂന്നു പതിറ്റാണ്ടോളമായിട്ടും അതിനൊരു

രണ്ടാം പതിപ്പു വന്നില്ല എന്നത് എന്റെ അനവധാനതയുടെ, മടിയുടെ, സ്വയം പരസ്യപ്പെടുത്താനുള്ള താല്പര്യക്കുറവിന്റെ തെളിവാണെന്നു പറയാം. അതും മലയാളത്തിലെ ഏറ്റവും നല്ല കഥകളിലൊന്നെന്ന് പലരും വാഴ്ത്തിയ പരിചിതമായ ഗന്ധം ഒരു ഉൾക്കൊള്ളുന്ന സമാഹാരമായിട്ടും. ആരെങ്കിലും അതു പ്രസിദ്ധീകരിക്കാൻ മുന്നോട്ടു വരട്ടെ എന്നു കരുതി കാത്തിരുന്നതാണ്. ഇപ്പോൾ ചിന്ത പബ്ലിഷേഴ്സ് അതിനു തയ്യാറായി.

നിരൂപകരാരും ഈ പുസ്തകത്തെ കണ്ടില്ല. അന്ന് വിദ്യാഭ്യാസ വകുപ്പിന്റെയും സാംസ്കാരിക വകുപ്പിന്റെയും പ്രിൻസിപ്പൽ സെക്രട്ടറിയായിരുന്ന ടി എൻ ജയചന്ദ്രൻ ഐ എ എസ് ഒഴികെ. പരിചിതമായ ഒരു ഗന്ധത്തെപ്പോലും നിരൂപകർ മൈൻഡു ചെയ്തതായി അറിവില്ല. എന്നാൽ മലയാള കഥയിലെ പോസ്റ്റ് മോഡേണിസത്തെ പരിചയപ്പെടുത്താനായി എൻ പ്രഭാകരൻ 'കഥ തേടുന്ന കഥ'യിൽ പരിചിതമായ ഒരു ഗന്ധത്തെ പോസ്റ്റ്മോഡേൺ കഥയുടെ ഒരു ഉദാഹരണമായി ചൂണ്ടിക്കാട്ടുകയുണ്ടായി. മഹാകവി എം പി അപ്പൻ കാണുമ്പോഴൊക്കെ പറയുമായിരുന്നു: "പ്രഭാകരന്റെ 'പരിചിതമായ ഒരു ഗന്ധം' എന്ന കഥ എന്നെ വല്ലാതെ ഹോണ്ടു ചെയ്യുന്നു." ആരെങ്കിലും വീട്ടിലുള്ളപ്പോഴാണ് ഞാൻ കയറിച്ചെല്ലുന്നതെങ്കിൽ അവരോടു പറയും: 'പരിചിതമായ ഒരു ഗന്ധം എഴുതിയ പ്രഭാകരനാണിത്. ഓ. ഭയങ്കര കഥയാണത്. വായിക്കണം.' ഇങ്ങനെ ആ കഥയുടെ ഒരു പാട് ആരാധകരെ എനിക്കറിയാം.

പുസ്തകം വീണ്ടും വീണ്ടും ഇറക്കാത്തതു കാരണം ആ കഥ പഴയൊരു തലമുറയുടെ ഓർമ്മയിൽ മാത്രമായി ഒതുങ്ങി. അവരിൽ പലരും കാണുമ്പോഴും പരിചയപ്പെടുമ്പോഴും ആ കഥയെഴുതിയ ആളെന്ന നിലയിൽ തരുന്ന പ്രശംസാ വാചകങ്ങൾ കഥാരചനയിലെ എനിക്കുള്ള പുരസ്കാരങ്ങളായി. പ്രൊഫ. വി രമേഷ് ചന്ദ്രന്റെ ഉത്സാഹത്തിൽ *കഥയുടെ നൂറ്റാണ്ട്* എന്ന സമാഹാരത്തിൽ ഈ കഥ സ്ഥാനം പിടിച്ചിട്ടുണ്ട്.

എങ്കിലും കഥ ഇത്രയും കാലം ചത്തു കിടന്നില്ല. ആദ്യം പ്രൊഫ. പി കൃഷ്ണൻ ഹിന്ദിയിലേക്ക് തർജ്ജമ ചെയ്ത് കേന്ദ്രത്തിന്റെ *ഭാഷ* എന്ന മാസികയിൽ പ്രസിദ്ധീകരിച്ചു. പിന്നെ കെ കെ ഗംഗാധരൻ കന്നഡയിലേക്ക് മൊഴിമാറ്റം നടത്തി *കന്നഡപ്രഭ*യിൽ പ്രസിദ്ധീകരിച്ചു. ബാംഗ്ലൂരിലെ ക്രൈസ്റ്റ് യൂണിവേഴ്സിറ്റി മലയാള കഥകളുടെ ഒരു സമാഹാരം തയ്യാറാക്കാൻ കെ കെ ഗംഗാധരനെ ചുമതലപ്പെടുത്തിയപ്പോൾ ബഷീർ, പൊറ്റെക്കാട്, മാധവിക്കുട്ടി, എം ടി, പുനത്തിൽ, എം മുകുന്ദൻ, ടി പദ്മനാഭൻ തുടങ്ങിയവരുടെ കഥകൾക്കൊപ്പം 'പരിചിതഗന്ധ'വും സ്ഥാനം പിടിച്ചു. *ഗൗരി* എന്ന പേരിലുള്ള ആ സമാഹാരത്തിന് അവതാരികയെഴുതിയ കർണ്ണാടക പണ്ഡിതൻ ടി ആർ നാരായണ എസ് കെയുടെ 'ഹമീദ് ഖാൻ' എന്ന കഥയേയും 'പരിചിത ഗന്ധ'ത്തെയും മാത്രമാണ് എടുത്തു പറഞ്ഞത്. ക്രൈസ്റ്റ് യൂണിവേഴ്സിറ്റിയുടെ

സമാഹാരം വായിച്ച തെലുങ്കു സാഹിത്യകാരനും വിവർത്തകനുമായ രംഗനാഥ രാമചന്ദ്ര റാവു അത് കന്നഡയിൽ നിന്ന് തെലുങ്കിലേക്ക് തർജ്ജമ ചെയ്ത് പ്രശസ്തമായ *നവ്യ* മാസികയിൽ പ്രസിദ്ധീകരിച്ചു. ഈയിടെ ബി എസ് ഉണ്ണികൃഷ്ണൻ ഇംഗ്ലീഷിലേക്ക് മാറ്റി.

പ്രസിദ്ധീകരിച്ച കാലത്ത് പുസ്തകം വായിച്ച വി പി ശിവകുമാർ പറഞ്ഞു: "പ്രഭാകരന്റെ കഥകൾ മൂന്നു വ്യത്യസ്തതരം ടെയ്സ്റ്റുള്ളതാണ് ഞാനും ഭാര്യയും മോനും വായിച്ചു. മൂന്നുപേർക്കും ഇഷ്ടപ്പെട്ടു എന്നതാണ് ഈ പുസ്തകത്തിന്റെ മേന്മ." അതൊരു വിലപ്പെട്ട നിരൂപണമായി ഇന്നും മനസ്സിലുണ്ട്.

എന്റെ ശിഷ്യൻ ഡോ. മുഞ്ഞിനാട് പദ്മകുമാറിന്റെ നിർബ്ബന്ധത്താൽ ഈ സമാഹാരത്തിലെ മുഴുവൻ കഥകളും മറ്റു ചില കഥകളും ചേർത്ത് 'പരിചിതമായ ഒരു ഗന്ധം' എന്ന പേരിൽ ഒരു സമാഹാരമിറക്കാൻ പദ്ധതിയിട്ടെങ്കിലും പുസ്തകമിറങ്ങിയപ്പോൾ ആരുടെയോ ഇടപെടൽ കാരണം അതൊരു കൊടും ചതിയായി. *കുചേലന്റെ കുട്ടികളി*ലെ രണ്ടു കഥകളേ അതിലുണ്ടായിരുന്നുള്ളൂ. അതിന് രണ്ടാമതൊരു പ്രസിദ്ധീകരണം വേണ്ടെന്ന് തീരുമാനിച്ചു.

കുചേലന്റെ കുട്ടികൾ എഴുതിയ കാലത്ത് ആ കഥയിലെ അക്കൗണ്ടു കടയിൽ സാധനം വാങ്ങുന്നവരുടെ ഗതികേട് അനുസ്മരിച്ചു കൊണ്ട് ഞാൻ സറ്റയറിക്കലായി 'കു കു തിയറി' ആവിഷ്കരിക്കുകയുണ്ടായി. ഒരു പ്രസ്ഥാനം വഴിയിൽ വച്ച് കയറി വരുന്ന കരിയറിസ്റ്റുകളെ സർവ്വാത്മനാ സ്വാഗതം ചെയ്യുകയും അതിലെ സജീവാംഗങ്ങളെ അവസാനം മാത്രം പരിഗണിക്കുകയും ചെയ്യുന്ന അവസ്ഥയെക്കുറിക്കുന്നതിനുള്ള തിയറിയാണത്.

ഇത് എന്റെ ആദ്യ പുസ്തകമാണെങ്കിലും ആദ്യകാല കഥകൾ ഇതുവരെ സമാഹരിച്ചിട്ടില്ല. അവ നർമ്മത്തിൽ പൊതിഞ്ഞ കഥകളാണ്. വൈകാതെ അത് പ്രസിദ്ധീകരിക്കണമെന്നുണ്ട്. പഠിക്കുന്ന കാലത്തെഴുതിയ ചില മിനിക്കഥകൾ ഡി സി ബുക്സ് പ്രസിദ്ധീകരിക്കാനിടയായ *പോസ്റ്റ് മോഡേൺ ഹിതോപദേശകഥകളി*ലുണ്ട്.

മൂന്നു പതിറ്റാണ്ടു മുമ്പ് പ്രസിദ്ധീകരിച്ച *കുചേലന്റെ കുട്ടികൾ* വീണ്ടും വെളിച്ചം കാണുമ്പോൾ എനിക്കേറെ സന്തോഷമുണ്ട്. വായിക്കാൻ തയ്യാറാകുന്ന വിശാലഹൃദയർക്കും അത് കൈവരിക്കാനാവുമെന്നു പ്രതീക്ഷിക്കുന്നു. ചിന്ത പബ്ലിഷേഴ്സിന്റെ അമരക്കാരായ ശിവകുമാറിനും ഗോപീ നാരായണനും നന്ദി.

പ്രഭാകരൻ പഴശ്ശി

നല്ലവരുടെ നഗരം

ആരോ അടിച്ചുവാരി വൃത്തിയാക്കിയതുപോലെ തെളിഞ്ഞു നില്ക്കുന്ന തെരുവുകൾ. വെളുത്ത ഉടുപ്പണിഞ്ഞ വയസ്സന്മാർ മോണിങ് വാക്കിനിടയിൽ തട്ടിമൂളിക്കുന്ന നേരമ്പോക്കുകൾ അന്തരീക്ഷത്തിൽ പൂമണംപോലെ തങ്ങിനില്ക്കുന്നു. സുദാമാവിന്റെ കണ്ണുകളിൽ വിസ്മയം പ്രകാശിച്ചുനിന്നു. തറ, പറ പഠിപ്പിച്ചുതളർന്ന മനസ്സിൽ പുതിയ പാഠപുസ്തകം തുറന്നിട്ടതിന്റെ ഗന്ധം. ചായംതേച്ചു മിനുക്കിയ കൂറ്റൻ കെട്ടിടങ്ങൾക്കും പൂക്കൾ വിടർന്നുനില്ക്കുന്ന പുരപുഷ്പവാടികൾക്കുമിടയിലൂടെ രാജപാത അയാൾക്കുവേണ്ടി പരവതാനി വിരിച്ചു.

പ്രഭാതത്തിലെ കുളിർമ്മയുള്ള വായുവിനെ നോവിക്കാതിരിക്കാനെന്നവണ്ണം ഓട്ടോറിക്ഷ വളരെ പതുക്കെയാണോടിയിരുന്നത്. സുദാമാവിന്റെ കണ്ണുകൾ പുറംകാഴ്ചകളിൽത്തന്നെ തങ്ങിനിന്നു. ഈ നഗരം ഏതോ ജന്മത്തിൽ കണ്ടുമറന്നതാണെന്നയാൾക്കു തോന്നി. ഒരു നിയോഗം പോലെയുള്ള ഈ വരവ് അയാളെ തികച്ചും സന്തോഷിപ്പിച്ചു. വഞ്ചിപ്പാട്ടിന്റെ ഈരടികൾ ചുണ്ടിനും ചെവിക്കുമിടയിൽ മന്ദ്രമായി താളംപിടിച്ചുകൊണ്ടിരുന്നു.

ഒരു വലിയ കെട്ടിടത്തിനു മുന്നിൽ ഓട്ടോറിക്ഷ നിന്നു. ഡ്രൈവർ ആദ്യമിറങ്ങി, സുദാമാവിന്റെ പെട്ടിയെടുത്ത് താഴെ വച്ചു. മീറ്ററിലേക്കു നോക്കിയതിനുശേഷമേ സുദാമാവ് നിലത്തിറങ്ങിയുള്ളൂ. നാലു രൂപ എഴുപതു പൈസയെ റൗണ്ടു ചെയ്തു പോക്കറ്റിൽനിന്ന് ഒരഞ്ചുരൂപാനോട്ട് വലിച്ചെടുത്തു. ഡ്രൈവറുടെ മുഖത്തേക്കു നോക്കാതെ രൂപ കൈയിലേല്പിച്ച് പെട്ടിയുമെടുത്തു നടന്നു. പിന്നിൽ ഓട്ടോറിക്ഷക്കാരന്റെ കൈകൊട്ടൽ കേട്ടു. അതയാൾ പ്രതീക്ഷിച്ചതാണ്. ഒറ്റരൂപയുടെ

നാണയം തപ്പിയെടുത്ത് അയാൾ തിരിഞ്ഞുനിന്നു. ഓട്ടോക്കാരൻ അടുത്തേക്കുവരികയാണ്.

"ഇതാ സാർ ബാലൻസ്" അവൻ കൈയിലുള്ള ചില്ലറ കിലുക്കിക്കാട്ടി. കൃത്യം മുപ്പതുപൈസ അയാളുടെ കൈയിലേല്പിച്ച് 'താങ്ക്സ്' പറഞ്ഞുകൊണ്ട് അവൻ നടന്നുനീങ്ങി. ഒട്ടും പുകപരത്താതെ ഏറക്കുറെ നിശ്ശബ്ദമായി ഓട്ടോറിക്ഷയും കണ്ണിൽനിന്നകന്നുപോയി. തരിച്ചുപോയ കാലുകൾ വലിച്ചെടുത്തു അയാൾ കെട്ടിടത്തിനുനേരെ നീങ്ങി.

ഒരു സല്യൂട്ട്. ഒരു പുഞ്ചിരി. ഒരു തടിച്ച പുസ്തകം. പുസ്തകത്തിൽ

പേരെഴുതിക്കൊടുത്ത് അഡ്വാൻസ് എത്രയാണെന്നു തിരക്കി. സുന്ദരി മധുരമായി മൊഴിഞ്ഞു.

"അഡ്വാൻസൊന്നും വേണ്ട സാർ. ഞങ്ങൾക്കെല്ലാവരെയും വിശ്വാസമാണ്."

റൂം നമ്പർ നൂറ്റി ഇരുപത്തേഴിലേക്ക് എസ്കലേറ്ററും ഭൃത്യനും കൂടി സുദാമാവിനെ നയിച്ചു. ആത്മാവിനെ ആകാശത്തേക്കുയർത്തുന്ന യന്ത്രത്തിൽനിന്നുകൊണ്ട് അയാൾ തന്റെ ഗ്രാമ്യതയെ നോക്കി പുച്ഛിച്ചു. ഏഴാം നിലയിലാണ് നൂറ്റിയിരുപത്തേഴാം നമ്പർ മുറി. ഏഴാം നിലയിലാവുമ്പോൾ എഴുനൂറ്റി ഇരുപത്തേഴാണല്ലോ ഹോട്ടലിലെ കണക്ക് എന്ന് അയാൾ ചിന്തിച്ചു. ഒരുപക്ഷേ, ഇവിടെ ഒന്നുമുതൽ നൂറുവരെ എണ്ണാനറിയാവുന്ന മുതലാളിമാരും കണ്ടേക്കും.

ബാത്ടബ്ബിലെ വെള്ളത്തിൽ കുളിക്കുമ്പോൾ പുഴയിൽ നീന്തിത്തുടിക്കുന്ന സുഖം. ക്ലോറിന്റെ തുളച്ചുകയറുന്ന ഗന്ധമില്ല. വെള്ളാരംകല്ലുകളുടെ മിനുപ്പും വാകയുടെ തണുപ്പും കാച്ചെണ്ണയുടെ സുഗന്ധവും വലയം ചെയ്യുന്നതായി ഒരു തോന്നൽ! തോന്നലായിരിക്കാം. വെറും തോന്നൽ.

താമസിയാതെ ഒരുങ്ങിപ്പുറപ്പെട്ടു. സർക്കാരാഫീസിന്റെ ചുമരിലെ ക്ലോക്കിൽ പത്തടിക്കുമ്പോഴേക്കും വരാന്തയിലേക്കു കയറി. പത്തരയെങ്കിലുമാകാതെ സെക്ഷൻ ക്ലാർക്ക് വന്നെത്തുമെന്നു പ്രതീക്ഷിക്കാൻ വയ്യ. വിശ്രമിക്കാൻ ഒരു മരബെഞ്ചെങ്കിലുമുണ്ടോ എന്നു നോക്കി. ഇല്ല. കാത്തിരിക്കുന്നവരെ സഹായിക്കാൻ ഒരു മരച്ചുവടുപോലുമില്ല.

"എന്തുവേണം സാർ?" ക്ലാസ് ഫോറാണ്. പതിവിനു വിപരീതമായി ക്ലാസ് ഫോറിനു വിനയം. ഇവിടെയും ധാരണ പിശകുകയാണോ? അല്ല, ഇറങ്ങുമ്പോൾ സംതിങ് കിട്ടുമെന്ന മുൻധാരണയായിരിക്കണം അയാളുടെ ശിരസ്സിനെ വളച്ചുകൊണ്ടിരിക്കുന്നത്.

കടലാസിലെ നമ്പർ പ്യൂണിനെ കാണിച്ചു. പ്യൂൺ നമ്പർ നോക്കി. "ഓ, ഇത് ലാസർ സാറിന്റെ സെക്ഷനിലാണ്. സാറു വന്നാട്ടെ." ലാസർസാറിന്റെ സെക്ഷനിലേക്കു നടക്കുമ്പോൾ കണ്ടു. എല്ലാ സീറ്റുകളും നിറഞ്ഞിരിക്കുന്നു. പെൻസിൽ മുനയിൽ കണ്ണുതെറ്റിക്കാതിരുന്നു കണക്കുകൂട്ടുന്ന അക്കൗണ്ടന്റ്. ഫയലിൽ തീരുമാനമെഴുതുന്ന സെക്ഷൻ ഓഫീസർ. ഒരു യന്ത്രത്തിന്റെ ബെൽറ്റിലൂടെയെന്നവണ്ണം അനുനിമിഷം ഫയലുകൾ നീക്കുന്ന വെള്ളവസ്ത്രമണിഞ്ഞ അറ്റന്റർമാർ.

എന്തോ ഒരു പരിചിതഗന്ധത്തിനുവേണ്ടി മൂക്കുമുയർത്തിക്കൊണ്ട് അയാൾ പ്യൂണിനു പിന്നാലെ നീങ്ങി. എന്തോ ഒരസ്വാഭാവികത. ഇത് സർക്കാരാപ്പീസല്ലെന്നു വരുമോ? പഴകിയ കടലാസിന്റെ മണത്തിനു പകരം എയർ റിഫ്രഷറിന്റെ സുഗന്ധമാണല്ലോ ചുറ്റിലും!

"സർ.... ഇതാണ് ലാസർ സാർ."

ലാസർ കണ്ണടക്കാരനാണ്. കണ്ണടയ്ക്കുള്ളിലെ കണ്ണുകളിൽ സിംഹമില്ല; വ്യാഘ്രമില്ല. എന്തിന്? ഒരു പെരുച്ചാഴിപോലുമില്ല.

"ഇരിക്കൂ." സൗമ്യസ്വരം.

ഇതെന്ത്? ലാസറിന്റെ കുടുംബവീട്ടിൽ വിരുന്നുണ്ണാൻ വന്നതോ? ആണെന്നമട്ടിൽ കസേര നീക്കിയിട്ടുകൊണ്ട് ലാസർ വീണ്ടും മൊഴിയുന്നു.

"ഇരിക്കണം സാർ."

ഇരുന്ന് കടലാസു കാണിച്ചു. കടലാസിലെ നമ്പർ കണ്ടപാടേ ലാസർ ചിരിച്ചു.

"ഇതിന് സാറിത്രദൂരം യാത്ര ചെയ്തു വരേണ്ടതില്ലായിരുന്നു. കഴിഞ്ഞ തിങ്കളാഴ്ചയാണ് ആപ്ലിക്കേഷൻ കിട്ടിയത്. കിട്ടിയ ഉടനെ ഞാൻ തന്നെ കാര്യം ശരിയാക്കി സൂപ്രണ്ടിനെ കാണിച്ചു. സൂപ്രണ്ടും അണ്ടർ സെക്രട്ടറിയും ജോയിന്റ് സെക്രട്ടറിയും അന്നുതന്നെ കണ്ട് വൈകുന്നേരത്തേക്ക് ഓർഡറായി. രണ്ടു ദിവസം വൈകിയതിൽ ക്ഷമിക്കണം സാർ. ചൊവ്വയും ബുധനും പബ്ലിക് ഹോളീഡേയായിപ്പോയി. ഇന്നലെ വ്യാഴാഴ്ചയാണ് പോസ്റ്റ് ചെയ്തത്. ഇന്ന് ചിലപ്പോൾ സാറിനെ കാണാതെ പോസ്റ്റുമാൻ വലയുന്നുണ്ടാകും."

ലാസർ പറയുന്നത് നേരാകുമോ? നേരായിരിക്കാം. രാവിലത്തെ ഓട്ടോറിക്ഷക്കാരൻ, ഹോട്ടലിലെ റിസപ്ഷനിസ്റ്റ്.. ഇപ്പോഴിതാ ലാസറും. ലാസറിനെ വണങ്ങി തിരിച്ചുപോകുമ്പോൾ വാതില്ക്കൽ നേരത്തെ കണ്ട ക്ലാസ് ഫോർ ചിരിച്ചുകൊണ്ടു നില്ക്കുന്നു! അഞ്ചു കൊടുക്കാമെന്നാണ് കരുതിയത്. ഇത്ര വേഗം കാര്യം ശരിയാകുമെന്ന് വിചാരിച്ചില്ല. രണ്ടാഴ്ചയെങ്കിലും ഹോട്ടലിൽ തങ്ങേണ്ടിവരുമെന്നാണ് കരുതിയത്. അതൊക്കെ ലാഭമായില്ലേ? പത്തുതന്നെ കൊടുത്തുകളയാം. പത്തിന്റെ പഴയ നോട്ടാണ് തടഞ്ഞത്. പഴയ നോട്ടു വേണ്ട. പുതിയ നോട്ടാകുമ്പോൾ കിട്ടുന്നവനൊരു സന്തോഷമാകും.

"ചെയ്യരുത് സാർ. നമ്മൾ രണ്ടുപേരും കുറ്റക്കാരാവും. തരാനൊരുങ്ങിയ സ്ഥിതിക്ക് സാറു കുറ്റക്കാരനായി. വാങ്ങിയാൽ ഞാനും പിഴയാളായാവും. കൈക്കൂലി കൊടുക്കുന്നവരെ പൊലീസിലേല്പിക്കണമെന്നാണ് ചട്ടം. സാറിന് കാര്യം പിടിയില്ലാത്തതുകൊണ്ട് ഞാനായിട്ടതു ചെയ്യുന്നില്ല. സാറിനു നന്മവരട്ടെ."

പത്തുരൂപ തനിയേ പോക്കറ്റിൽത്തന്നെ വന്നുവീണു. എന്നിട്ടും ക്ലാസ്ഫോർ ചിരിക്കുകയാണ്. ഇതെന്തു വെള്ളരിക്കാപ്പട്ടണം?

"വീണ്ടും കാണാം." സുദാമാവ് പതുക്കെപ്പറഞ്ഞു.

"ഇക്കാര്യത്തിന് വീണ്ടും കാണണമെന്നില്ല സാർ. ഏതു ഫയലിലും താമസമുണ്ടായാൽ ഒരു വെള്ളക്കാർഡിൽ എഴുതി വിജിലൻസ് ഐജിയുടെ പേർക്ക് പോസ്റ്റ് ചെയ്താൽ മതി. പോസ്റ്റേജ് ചാർജ്ജുകൂടി ഞങ്ങൾ വഹിച്ചുകൊള്ളും. സാറ് സമാധാനമായി പോകൂ."

എല്ലാം സ്വപ്നമായിരിക്കാം. അയാൾ നടന്നു. ഫുട്പാത്തിൽക്കൂടി പതുക്കെ സഞ്ചരിച്ചു. റോഡിന്റെ വലതുവശത്തുകൂടി മാത്രം സഞ്ചരിക്കുന്നവർ ഒരിക്കലും കൂട്ടിമുട്ടുന്നില്ല. ആർക്കും തിരക്കില്ലെന്നുണ്ടോ?

നഗരത്തിന്റെ മുഖമുദ്രതന്നെ തിരക്കല്ലേ?

വിശപ്പുണ്ട്. ചായ കുടിക്കണം. ഒരുപാട് പണം ലാഭമായില്ലേ? ഒന്നാഘോഷിക്കാം. മഹാനഗരത്തിൽ വന്നതല്ലേ. മനോഹാരിതയേറിയ ഹോട്ടലിൽത്തന്നെ കയറാം. ജീവിതത്തിൽ ഒരിക്കലൊക്കെ ഇവിടെ കയറിയില്ലെങ്കിൽ എന്തു രസം! ഇത്രയൊക്കെ സംഭവിച്ചത് പതിവിനു വിപരീതമായതുകൊണ്ട് ഇവിടെയും ഒരുപക്ഷേ, അറവു കുറവായെന്നിരിക്കും.

നഗരത്തിലേക്കു വരുന്ന വഴിക്ക് ചായകുടിക്കാൻ കയറിയപ്പോഴുണ്ടായ അനുഭവം സുദാമാവിന് ഓർമ്മ വന്നു. ബില്ലു വരുന്നതുവരെ എല്ലാം ശാന്തമായിരുന്നു. ബില്ലു വന്നപ്പോൾ ധാരണകൾ തകിടം മറിഞ്ഞു. ഇറച്ചിയുടെയും റൊട്ടിയുടെയും വിലകൾ രണ്ടക്കമായിത്തന്നെ ചേർത്തിട്ടുണ്ടായിരുന്നു. പക്ഷേ, ഒണിയൻ ചിപ്സ് എന്ന പലഹാരത്തിന്റെ വിലയാണ് കുഴപ്പമുണ്ടാക്കിയത്. കിലോയ്ക്ക് രണ്ടര രൂപ വച്ചു വാങ്ങുന്ന സവാള എന്ന വലിയ ഉള്ളിയിൽ ഒരെണ്ണത്തെ വട്ടത്തിൽ അരിഞ്ഞുവച്ചതാണ് ഈ ഒണിയൻ ചിപ്സ്. അതിന്റെ വിലയോ നാലുരൂപയും!

ഈ ഹോട്ടലും വളരെ വൃത്തിയിൽ സൂക്ഷിച്ചിരിക്കുന്നു. അതിക്കൂട്ടരുടെ ഒരു സ്ഥിരം സ്വഭാവമാണ്. സ്റ്റാർ ഹോട്ടലുകളിൽ എല്ലാം നീറ്റായിരിക്കും എന്നു കേട്ടിട്ടുണ്ട്.

ശരിയാണ്. സ്റ്റെറിലൈസ് ചെയ്ത പാത്രം. രുചിയുള്ള ആഹാരം. സുഗന്ധവും സ്വാദുമുള്ള കാപ്പി. മനസ്സറിഞ്ഞു കഴിച്ചു. വില പിന്നെയല്ലേ. ആഹാരത്തിനു മുന്നിലിരിക്കുമ്പോൾ മറ്റൊന്നും ചിന്തിക്കരുത്.

ഇളം ചൂടുവെള്ളത്തിൽ കൈകഴുകി. തിരിച്ചുവരുമ്പോഴേക്കും ബില്ലു തയ്യാർ. ഇറച്ചി വില പ്രത്യേകമെഴുതിയിട്ടുണ്ട്. മസാലയുടെ വിലയും പാചകക്കൂലിയും വേറെവേറെ. ഓരോന്നിനുമുള്ള മാർക്കറ്റുവിലയും കൂലിയും എഴുതിവച്ചിട്ടുണ്ട്. ഒടുവിൽ എല്ലാം കൂട്ടിയെഴുതി ഇരുപതു ശതമാനം ലാഭവും ചേർത്ത് ബില്ലു പൂർത്തിയാക്കിയിരിക്കുന്നു. സുദാമാവിന്റെ കണ്ണുകൾ കളിപ്പാട്ടം കിട്ടിയ കുട്ടിയുടേതുപോലെ വികസിച്ചു. വീണ്ടും വീണ്ടും ബില്ലിനെത്തന്നെ സൂക്ഷിച്ചുനോക്കി. മൊത്തം തുകയിൽ കണ്ണുകൾ ഉടക്കി നിന്നു. വിശ്വാസം വരാതെ വീണ്ടും വായിച്ചു. ആറു രൂപ പത്തു പൈസ.

ബില്ലു മാറിപ്പോയിക്കാണുമോ? ഒന്നുകൂടി പരിശോധിച്ചു. ഇല്ല. എല്ലാം കൃത്യമായെഴുതിയിട്ടുണ്ട്. മാറാൻ വഴിയില്ല. ഈ നഗരത്തിൽ ഇതും സംഭവിക്കാം. ഇതിലപ്പുറവും സംഭവിക്കാം; ഇത് നല്ലവരുടെ നഗരമാണ്.

ടിപ്പ് കൊടുത്താൽ അത് പാപമല്ലേ സാർ എന്നും പറഞ്ഞ് ഉപദേശിപ്രസംഗം നടത്തിക്കളയുമോ എന്ന് ഭയന്ന് സപ്ലൈയർക്ക് ഒരു സലാം മാത്രം നല്കി ഇറങ്ങിനടന്നു.

ഉച്ചവെയിലിലും എന്തോ ഒരു കുളിർമ്മ. വഴിയേ പോയ സ്കൂൾക്കുട്ടികൾ വിനയത്തോടെ ചിരിക്കുന്നു. അങ്ങനെ വേണം. കുട്ടികളായാൽ ഒരിത്തിരി വിനയമൊക്കെ വേണം. മരക്കുരങ്ങുകളെപ്പോലെ മാത്രമാവരുത്. നല്ലവരുടെ നഗരത്തിൽ നല്ല കുട്ടികളേ കാണൂ.

18 കുചേലന്റെ കുട്ടികൾ

പ്രഭാകരൻ പഴശ്ശി

ഹോട്ടലിൽ തിരിച്ചെത്തി. റിസപ്ഷനിസ്റ്റിന്റെ പുഞ്ചിരി. വെയ്റ്ററുടെ വിനയം. മുറിയുടെ കുളിർമ്മ. മെത്തയുടെ പതുപതുപ്പ്.

ഉറങ്ങി. എത്രനേരമുറങ്ങിയെന്നറിയില്ല. ഏറെനേരമായിക്കാണും. മറ്റൊന്നും ചെയ്യാനില്ലാത്തതുകൊണ്ട്, മധുരസ്വപ്നങ്ങൾപോലും കാണാനില്ലാത്തതുകൊണ്ട് ശാന്തമായുറങ്ങി.

വീട്ടിൽനിന്ന് പ്രിയതമയുടെ കമ്പി വന്നു. കാര്യമൊക്കെ ശരിയായില്ലേ. പിന്നെന്താ വരാത്തത്? അക്ഷരമറിയാത്ത കുഞ്ഞുമോൻ ഒരു ഇൻലന്റിൽ ചിത്രലിപികൾകൊണ്ട് കുത്തിവരച്ച് ചോദിച്ചു. 'അച്ഛൻ ഞങ്ങളെയൊക്കെ മറന്നുപോയോ?'

സൂര്യനിലേക്ക്
നടന്നുപോയ മനുഷ്യൻ

പൂച്ചയും നായുംകൂടി കലമ്പൽ കൂട്ടുന്ന ശബ്ദം കേട്ട് അയാളുണർന്നു. പുതപ്പിനുള്ളിൽ ഒന്ന് നീണ്ടുനിവർന്ന് മച്ചിൽ നോക്കിക്കിടന്നു. മച്ചിൽ കാലം വരച്ചിട്ട ഭൂഭാഗചിത്രങ്ങൾ അവ്യക്തമായി കാണാനുണ്ടായിരുന്നു. ഏറെനേരം കഴിഞ്ഞാണ് ജനലിലൂടെ പുറത്തേക്ക് നോക്കിയത്. പുറംലോകം തനിക്കും എത്രയോ മുമ്പുണർന്നിരിക്കുന്നു. മരങ്ങൾക്കിടയിലൂടെ കടന്നുവന്ന വെയിൽ മുറ്റത്തുമുഴുവനും കൊച്ചുകൊച്ചുവൃത്തങ്ങൾ വരച്ചിരിക്കുന്നു. പുറന്തോടുപോലെ ഒട്ടിപ്പിടിച്ച കരിമ്പടം പതുക്കെ വലിച്ചു പറിച്ചപ്പോൾ മൂത്രശങ്കയും ദാഹവും അയാളെ കട്ടിലിനുപുറത്തെത്തിച്ചു. ലാട്രിനിലേക്കുപോകാൻ മെനക്കെടാതെ പുറത്തേക്കു തുറക്കാവുന്ന വാതിലിൽക്കൂടി മുറ്റത്തിറങ്ങി. ആരെങ്കിലും കാണുന്നുണ്ടോ എന്നുപോലും നോക്കാതെ ഒന്നാംകാര്യം സാധിച്ചു.

മേശപ്പുറത്ത് എപ്പോഴോ കൊണ്ടുവച്ച ചായ ആറിത്തണുത്തു കഴിഞ്ഞിരുന്നു. നാവിൽ തട്ടുമ്പോഴേ നീട്ടിത്തുപ്പാൻ തോന്നുന്ന ആ സാധനം ഒറ്റവലിക്ക് വയറ്റിനകത്താക്കി. മേശപ്പുറത്തു വരിവരിയായിപ്പോകുന്ന ഉറുമ്പുജാഥയുടെ അങ്ങേയറ്റത്ത് ഒരു പ്ലേറ്റിൽ രണ്ടുദോശ മരിച്ചുകിടക്കുന്നുണ്ടായിരുന്നു.

ഉറുമ്പുകളുടെ ഘോഷയാത്രയെ കണ്ണിമയ്ക്കാതെ നോക്കിനിന്നു. ദോശ കാണാൻ വരുന്ന ഉറുമ്പുകളും ദോശക്കഷണം ചുമന്നുകൊണ്ടു തിരിച്ചുപോകുന്ന ഉറുമ്പുകളും പരസ്പരം എന്തോ മന്ത്രിക്കുന്നുണ്ടല്ലോ. അയാൾ ജാഥയെ നോക്കിനില്ക്കെ ഊറിച്ചിരിച്ചു. വെള്ളപ്പൊക്കക്കാലത്തെ സൗജന്യറേഷൻ വിതരണം ഏതാണ്ടിതുപോലെയായിരിക്കും. വീടും കുടിയും നഷ്ടപ്പെട്ട ഉറുമ്പ് ക്യൂവിൽനിന്നുകൊണ്ട് തിരിച്ചുവരുന്ന ഉറുമ്പിനോടു ചോദിച്ചു: എത്രാൾക്കുള്ളതു കിട്ടി? ഭാര്യയും മക്കളും നദിയി

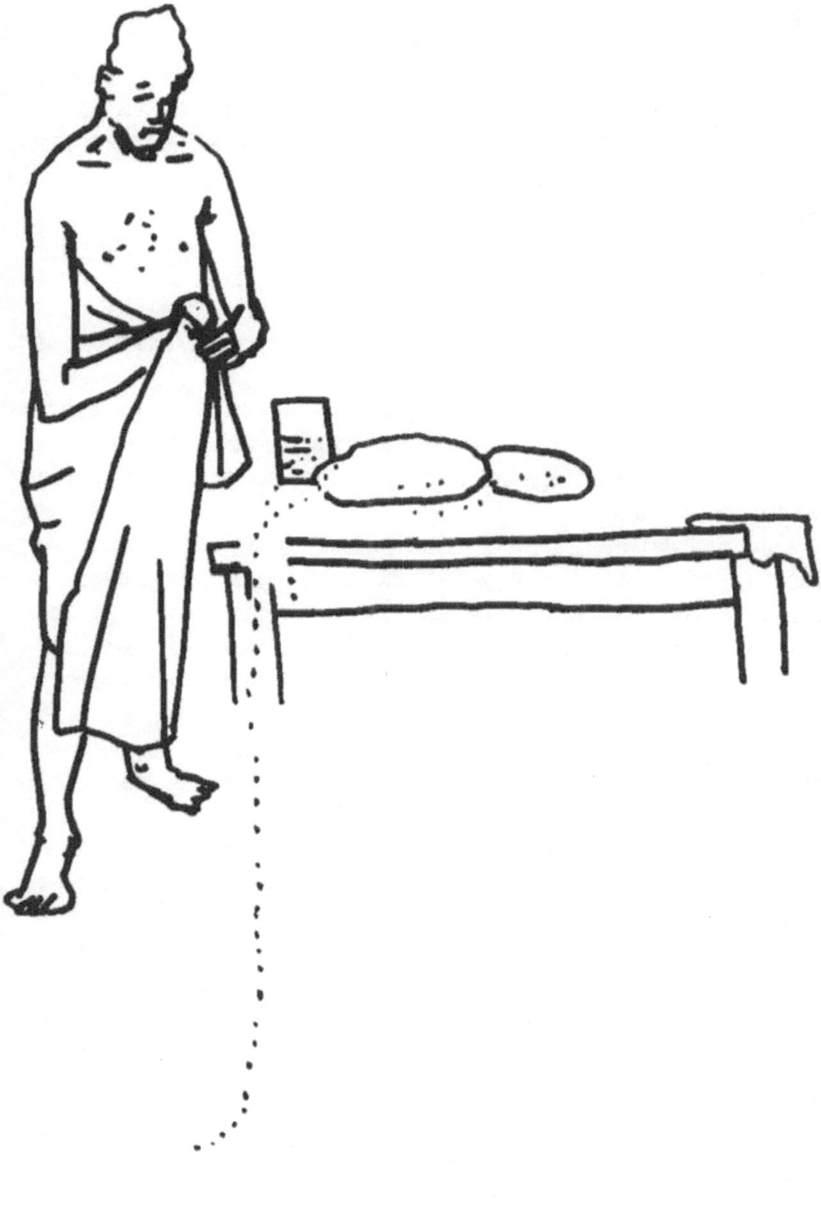

ലൂടെ ഒലിച്ചുപോകുന്നത് കണ്ടുനില്ക്കേണ്ടിവന്ന മറ്റേ ഉറുമ്പ് മറുപടി നല്കി: നിക്ക് ഒരാക്കല്ലേ വേണ്ടൂ.

അയാൾ പതുക്കെ പ്ലേറ്റിൽ കൈയെത്തിച്ച് ദോശയെ എത്രയും നേരിയ കഷണങ്ങളാക്കി ഉറുമ്പുകൾക്കിടയിൽ സൗജന്യമായി വിതറിക്കൊടുത്തു.

പുറത്ത് നിറഞ്ഞ പ്രകാശം. അയാളുടെ മുറിയൊഴിച്ച് വീട്ടിന്റെ മറ്റെല്ലാ മുറികളും നിശ്ശബ്ദമായിരുന്നു. മുൻവശത്തെ വലിയ വാതിലിൽ തടിച്ചൊരു പൂട്ട് തൂങ്ങിക്കിടന്നു. ധൃതിപിടിച്ച് നടന്നുപോയ കാലുകളുടെ പാടുകൾ മുറ്റത്തു ചിതറിക്കിടന്നിരുന്നു. അയാൾ വാതിൽ പൂട്ടാൻ മെനക്കെടാതെ പതുക്കെ പുറത്തേക്കിറങ്ങി.

നിരത്ത് പതിവുപോലെ ജനനിബിഡമായിരുന്നു. അതാണയാളെ ആകർഷിച്ചുകൊണ്ടിരുന്നത്. സൈക്കിളിൽ കൂക്കിവിളിച്ചു പോകുന്ന മീൻവില്പനക്കാർ, കുപ്പി തകരം കടലാസ് മാപ്പിള, വൈകിയതിനാൽ ആപ്പീസിലേക്കോടുന്ന പെണ്ണുങ്ങൾ, ഒരു തൊഴിലുമില്ലാത്തതിനാൽ ബീഡിയും വാങ്ങി തിരിച്ചുപോകുന്ന ചെറുപ്പക്കാർ, തലങ്ങും വിലങ്ങുമോടുന്ന മോട്ടോർ വാഹനങ്ങൾ, സ്കൂളിൽ പോകാതെ ഒളിച്ചു നടക്കുന്ന ഒറ്റപ്പെട്ട വികൃതി... എല്ലാം പതിവുപോലെതന്നെയായിരുന്നു. എങ്കിലും അതൊക്കെ അയാൾക്കിഷ്ടമാണ്. ഒന്നും ശ്രദ്ധിക്കാത്തമട്ടിൽ എല്ലാം കണ്ടുകൊണ്ടയാൾ നടന്നു.

ഉച്ചവെയിലിനു ചൂടുപിടിച്ചുകൊണ്ടിരിക്കുകയാണ്. മുന്നിൽ നടക്കുകയായിരുന്ന നിഴലിന്റെ വലിപ്പം കുറഞ്ഞു കുറഞ്ഞുവരുന്നതും ഒടുവിൽ കാല്ക്കീഴിൽ ചുരുണ്ടുകൂടി കിടക്കുന്നതും കണ്ടപ്പോൾ നല്ല രസം തോന്നി. നിഴലിനെ കൂടെക്കൂടെ അമർത്തിച്ചവിട്ടുമ്പോൾ ആരോടോ പ്രതികാരം ചെയ്യുന്ന സുഖമനുഭവിച്ചു. അപ്പോഴൊക്കെ നിഴലിനെ പിന്തള്ളി മുന്നോട്ടുനടക്കാനുള്ള ആവേശം കൂടിക്കൂടി വന്നു. നിഴൽ പതുക്കെ പിൻവലിയുന്നതു കണ്ടപ്പോൾ ആശ്വാസമായി. പിറകിലേക്കുനോക്കി നിഴലിന്റെ വലിപ്പം അളക്കണമെന്നു തോന്നിയെങ്കിലും ഏതോ പ്രേരണയാൽ അയാൾ മുമ്പോട്ടുതന്നെ നടന്നു.

ഉച്ചനേരം കഴിഞ്ഞിട്ടും അയാൾക്കു വിശപ്പു തോന്നിയില്ല. കുടൽമാലകൾ കൂട്ടിപ്പിണഞ്ഞതുപോലെ തോന്നിയിരുന്നതിനാൽ ഈയിടെ വിശപ്പനുഭവപ്പെടാറേയില്ല. എങ്കിലും ഇനിയൊരടി മുന്നോട്ടു നടക്കാനാവില്ലെന്ന് മനസ്സിലായി. തളർച്ച, കണ്ണിൽ വെയിലിന്റെ സപ്തവർണ്ണങ്ങൾ വൃത്താകാരത്തിൽ കറങ്ങിക്കൊണ്ടിരിക്കുന്നു. ആരോ എടുത്തെറിഞ്ഞപോലെ വഴിയരുകിലെ മരത്തണലിൽ അയാൾ ചെന്നുവീണു. മരത്തിന്റെ തടിച്ചൊരു വേരിൽ തലവച്ച് ആകാശത്തിന്റെ കടും നീലച്ചുഴിയിൽ മിഴിയുറപ്പിച്ച് അയാൾ കിടന്നു.

ഇപ്പോൾ ചുറ്റിലും ലോകമില്ല. മരമോ മരത്തിനു മുകളിൽ സൂര്യനോ സൂര്യനുചുറ്റും തിളങ്ങിനില്ക്കുന്ന പ്രപഞ്ചമോ ഇല്ല. നീലനിറം മാത്രം. കട്ടികൂടിയ നീലനിറം. കടുത്ത വയലറ്റ് നിറമായി മാറി. വയലറ്റു നിറ

ത്തിനു വീണ്ടും കട്ടികൂടി. ഓർക്കാപ്പുറത്ത് കണ്ണുകളിൽ കറുത്ത സൂചി മുനകൾ ആഴ്ന്നുകയറി. കണ്ണിമയ്ക്കാതെ പരിസരങ്ങളിൽനിന്നകന്ന് എങ്ങോട്ടേക്കോ അയാൾ ഒഴുകി നീങ്ങി.

ഏറെനേരം കഴിഞ്ഞപ്പോൾ കിടന്ന കിടപ്പിൽനിന്ന് അയാൾ വീണ്ടും സൂര്യനെ കണ്ടു. സൂര്യനു താഴെ മരച്ചില്ലകളിലും മരത്തിന്റെ വേരുകളിലും ചുറ്റിലും വളർന്നുകിടക്കുന്ന പുല്ലിലും അയാൾ തിരിച്ചെത്തി. ചെരിഞ്ഞു നോക്കിയപ്പോൾ മോട്ടോർ വാഹനങ്ങൾ പരസ്പരം ഇടിച്ചേക്കുമെന്ന ഭയമുളവാക്കിക്കൊണ്ട് കുതിച്ചുപായുന്നതുകണ്ടു. സ്കൂട്ടറുകളുടെ പിന്നിൽ സുരക്ഷിതത്വത്തോടെയിരിക്കുന്ന സ്ത്രീകൾ ഒരു വഴിയോരക്കാഴ്ചയിലെ സൗന്ദര്യമാസ്വദിക്കാൻ അയാളുടെ കിടപ്പു നോക്കിക്കൊണ്ടിരുന്നു. മുന്നിലെപ്പോഴുമുണ്ടാകാനിടയുള്ള ആപത്തുകളെ മണത്തു മണത്തു വണ്ടിയോടിക്കുന്നവർ ഭാര്യമാരുടെ പാതിവ്രത്യത്തിൽ ഉറച്ചു വിശ്വസിച്ചുകൊണ്ട് മുന്നോട്ടു നീങ്ങി.

അഞ്ചോ ആറോ സ്കൂട്ടറുകൾ അപ്രകാരം കടന്നുപോയപ്പോൾ അയാൾക്കു കലികയറി. എല്ലാ പെണ്ണുങ്ങളും അയാളുടെ കിടപ്പു തന്നെ തറപ്പിച്ചുനോക്കുകയായിരുന്നു. ഏഴാമത്തെ സ്കൂട്ടറിലെ വെളുവെളുത്ത പെണ്ണും കണ്ണുതുറിച്ചു നോക്കാൻ തുടങ്ങിയപ്പോൾ അയാൾ ചാടിയെഴുന്നേറ്റ് അവൾക്കു നേരെ കാർക്കിച്ചുതുപ്പി.

നിരത്ത് അയാൾക്കുവേണ്ടി കാത്തിരിക്കുകയായിരുന്നു. ക്ഷീണം മാറിയപ്പോൾ നിരത്തിനെ അയാൾ വെറുത്തു. ഇനി നടത്തം തുടരേണ്ടെന്നും തിരിച്ചുപോയി കയറ്റുകട്ടിലിൽ കിടന്നുറങ്ങണമെന്നും രാത്രിയിൽ മേശപ്പുറത്തു വന്നേക്കാനിടയുള്ള ചോറിന്റെ കൂടെ മീൻ വല്ലതുമുണ്ടോ എന്നു നോക്കണമെന്നും അയാളാഗ്രഹിച്ചു.

എന്നാൽ അയാൾ പതുക്കെപ്പതുക്കെ മുന്നോട്ടുതന്നെ നടന്നതേയുള്ളൂ. പിന്തിരിഞ്ഞു പോകാനുള്ള ദൂരം ഇനി നടക്കാനുള്ള ദൂരത്തേക്കാൾ എത്രയോ കൂടുതലാണെന്ന ബോധമായിരിക്കാം അയാളെ നയിച്ചത്. നടത്തം വളരെ പതുക്കെയായിരുന്നു. വഴിയിൽ കണ്ട എല്ലാ വാഹനങ്ങളും അയാളെ ഉദ്ദേശിച്ച് ഹോണടിച്ചുകൊണ്ടിരുന്നു. തുരുതുരെ ബെല്ലടിച്ചുകൊണ്ട് ചവിട്ടിക്കുതിക്കുന്ന സൈക്കിളുകാർ ചിലപ്പോൾ അയാളുടെ നേരെ ഒന്നോ രണ്ടോ തെറികളും വലിച്ചെറിഞ്ഞിരുന്നു. ഒടുവിൽ സഹികെട്ടപ്പോൾ അയാൾ റോഡുവിട്ട് ഇടതുവശത്തു കണ്ട മൈതാനത്തിലേക്കു ഗതി മാറ്റി.

മൈതാനത്ത് ആറു ദിക്കുകളിലായി ആറു സംഘങ്ങൾ ചീട്ടു കളിക്കുന്നുണ്ട്. പട്ടക്കാരനും ബന്ധുക്കളും ശവക്കുഴിയുടെ വക്കത്തു നില്ക്കുന്നതുപോലെ ഏതാനുംപേർ ചീട്ടുകളി വീക്ഷിച്ചുകൊണ്ട് അനങ്ങാതെ നില്ക്കുന്നുണ്ടായിരുന്നു. പുള്ളിമുറിക്കുന്നിടത്തെ ബഹളം കാരണം അങ്ങോട്ടയാൾ പോയില്ല. ബുദ്ധിജീവികൾ കണക്കെഴുതി കളിച്ചുകൊണ്ടിരിക്കുന്ന ദിക്കിലേക്കും അയാൾ ചെന്നില്ല. കാതിൽ മച്ചിങ്ങയും ഈർക്കിലുംകൊണ്ടുള്ള കുണുക്കുകളണിഞ്ഞ് ആലോചിച്ചാലോചിച്ച്

24 കുചേലന്റെ കുട്ടികൾ

പ്രഭാകരൻ പഴശ്ശി

ചീട്ടിറക്കുന്ന ഇരുപത്തിയെട്ട് കളിക്കാരുടെ പിന്നിലാണയാൾ ചെന്നുനിന്നത്. അവിടെ കളി കാണാൻ മറ്റാരുമുണ്ടായിരുന്നില്ല. പിറകിലെ മരം ചാരിനിന്ന അയാൾക്ക് മൂന്നുപേരുടെ ചീട്ടുകൾ കാണാമായിരുന്നു. നാലാമന്റെ കൈയിൽ ഏതെല്ലാം ചീട്ടുകളുണ്ടെന്നു കണക്കാക്കാൻ ഒരുങ്ങിയെങ്കിലും അതു വിഫലമായിത്തീർന്നു.

തന്റെ കാലിനു മുന്നിലിരുന്ന് ചീട്ടുകളിക്കുന്നവൻ ജയിച്ചു കൊണ്ടേയിരിക്കുകയായിരുന്നു. എന്നാൽ അയാൾ പിന്നീട് മൂന്നുവട്ടം തുടർച്ചയായി കളിച്ചു തോറ്റപ്പോൾ പിറകിലേക്ക് തിരിഞ്ഞുനോക്കി. മരം ചാരി നില്ക്കുന്ന രൂപത്തെക്കണ്ട് അയാൾക്ക് കലികയറി. കണ്ണുരുട്ടുകയും പിറുപിറുക്കുകയും ശാപവചനങ്ങൾ വലിച്ചെറിയുകയും ചെയ്തു.

അപ്പോഴാണ് ഏറെ നേരമായി താൻ കളികണ്ടു നില്ക്കുകയാണെന്ന ബോധം അയാൾക്കുണ്ടായത്. അയാൾക്ക് ഏതാണ്ട് മടുത്തു കഴിഞ്ഞിരുന്നു. ഇപ്പോൾ റോഡിൽ സൈക്കിളുകൾ തുരുതുരാ ഒഴുകിക്കൊണ്ടിരിക്കുന്നു. സ്കൂട്ടറുകളിൽ ആണും പെണ്ണും ഉരുമ്മിയിരുന്നു കുതിക്കുന്നു. കാറും ലോറിയും ജനപ്രവാഹത്തിനിടയിലൂടെ ഹോണടിച്ച് കടന്നുപോകുന്നു.

മൈതാനത്തിന് കുറുകെ നടന്ന് അയാൾ റെയിൽപാളത്തിൽ കയറി. റെയിൽപാളത്തിൽ തീരെ തിരക്കില്ല. സ്ലീപ്പറുകളിൽ ചവിട്ടിച്ചവിട്ടി നീങ്ങുമ്പോൾ ഏതാണ്ടൊരു രസംതന്നെ തോന്നി. കടന്നുപോയ സ്ലീപ്പറുകൾ അയാളെണ്ണുന്നുണ്ടായിരുന്നു. ഇരുനൂറ്റി എൺപത്തി ആറാമത്തെ സ്ലീപ്പറിലെത്തിയപ്പോൾ അയാൾ നിന്നു. ഇരുനൂറ്റി എൺപത്തി ഏഴാമത്തെ സ്ലീപ്പറിൽ ഒരു കാക്ക ചത്തുകിടക്കുന്നു. കറുത്ത ചിറകുകൾ പരത്തിവച്ച് കൊക്ക് ഇടതുവശം ചേർത്തമർത്തിവച്ച് ആത്മാവില്ലാതെ കിടന്ന ആ കാക്ക അയാളുടെ ശ്രദ്ധയെ ആകർഷിച്ചു. ഇരുവശത്തുമുള്ള മരക്കൊമ്പുകളിൽ നിന്ന് വിലാപസ്വരങ്ങളുയരുന്നത് അയാൾ കേട്ടില്ല. കാക്ക എങ്ങനെയാണ് മരിച്ചതെന്നയാൾ ചിന്തിച്ചില്ല. പതുക്കെ കാക്കയെ കൈയിലെടുത്തു.

അയാൾ മുന്നിൽ നോക്കി. ചവിട്ടിത്തീർക്കാൻ എത്രയോ സ്ലീപ്പറുകൾ! സ്ലീപ്പറുകളുടെ അങ്ങേയറ്റത്തു വലുതായിവരുന്ന സൂര്യവട്ടം. ചുവന്ന രശ്മികൾ കാക്കയുടെ ശരീരത്തിൽ തട്ടിയപ്പോൾ അതിനൊരു ചൈതന്യം വന്നതായി അയാൾക്കുതോന്നി. ഒരു കറുത്ത കൊടിപോലെ കാക്കയെ വലതു കൈയിലുയർത്തിപ്പിടിച്ച് അയാൾ മുന്നോട്ടു നീങ്ങി. ഇതുവരെ കടന്നുവന്ന സ്ലീപ്പറുകളുടെ എണ്ണം പിഴച്ചുപോയതിനാൽ വീണ്ടും ഒന്നുമുതൽ എണ്ണിക്കൊണ്ടയാൾ മുന്നോട്ടുനീങ്ങി. മരക്കൊമ്പുകളിൽനിന്ന് കാക്കകൾ പടിഞ്ഞാട്ടേക്ക് പറന്നു. അയാളുടെ തലയ്ക്കു ചുറ്റും അവ വട്ടമിട്ടു പറന്നു. അയാളതൊന്നും കാണാതെ, കേൾക്കാതെ മുന്നോട്ടു നടക്കുകയായിരുന്നു.

ചത്ത കാക്കയെ ഉയർത്തിപ്പിടിച്ച്, ശിരസ്സിനുചുറ്റും കാക്കകളാൽ കറുത്ത പരിവേഷം ചാർത്തി. അയാൾ സ്ലീപ്പറുകളിലൂടെ സൂര്യന്റെ പരിവൃത്തിയിലേക്ക് നടന്നുപോയി.

വീര്യശുല്ക്ക

കിട്ടുണ്ണിക്കാരണവർ നൂറുനാട്ടിലേക്കും വച്ച് ഏറ്റവും വലിയ ഭക്ത നാണ്. ഭക്തരിലും ഭക്തൻ. ഭക്തശിരോമണി. രാവിലെ ഏഴരവെളുപ്പിന് ദേവീക്ഷേത്രത്തിലെ 'സരണം സ്രീഗുറവായൂറപ്പാ' എന്ന സിനിമാപ്പാട്ടു കേൾക്കുമ്പോൾ ഉണരും. പിന്നെ കാണാപ്പാഠം പഠിച്ച സ്തോത്രങ്ങളും *രാമായണ*ത്തിലെയും *ഭാരതഭാഗവതാദി*കളിലെയും *ഭഗവദ്ഗീത*യിലെയും പ്രസക്തഭാഗങ്ങളും ഉരുവിടും. ഏറ്റവുമൊടുവിൽ 'ദൈവമേ കാത്തു രക്ഷിക്ക' എന്നു പാടിത്തുടങ്ങുമ്പോഴേക്കും മകൾ ആനന്ദലക്ഷ്മി അടുക്കളയിൽ പ്രവേശിച്ചുകഴിഞ്ഞിരിക്കും. 'ഓം പൂർണമദ പൂർണമിദം. പൂർണാൽ പൂർണമുദച്യതേ, പൂർണസ്യ പൂർണമാദായ, പൂർണമേവാ വശിഷ്യതേ. ഓം ശാന്തി ശാന്തി ശാന്തി' എന്നുരുവിട്ട് ഭക്താഗ്രണി കൺമിഴിച്ചു നോക്കുമ്പോൾ മുന്നിൽ പൂർണാമോദത്തോടെ മകൾ ആനന്ദലക്ഷ്മി പശുവിൻനെയ്യുറ്റിച്ച കട്ടൻകാപ്പിയുമായി നില്ക്കുന്നുണ്ടാവും. എല്ലാ ദേവന്മാരെയും ഓർത്ത് അയാൾ നെയ്യ് പരക്കാത്ത ഭാഗത്തുനിന്ന് ഒരു തുള്ളി കാപ്പി തറയിലുറ്റിക്കും. പിന്നെ പതുക്കെ ആനന്ദലക്ഷ്മിയുടെ നിറുകയിൽ തലോടും.

ഇനിയല്പം പുരാവൃത്തം. പ്രസ്തുത ഗൃഹത്തിൽ മേല്പറഞ്ഞ രണ്ടു മനുഷ്യജീവികളേ വസിക്കുന്നുള്ളൂ. കിട്ടുണ്ണിക്കാരണവരുടെ ധർമ്മപത്നി ചിരുതേയിക്കുട്ടി രാജയക്ഷ്മാവ് എന്ന ദീനം വന്നും മൂത്ത മകൻ ഭാസ്കരൻ രക്തപിത്തരോഗം വന്നും മകൾ ഹേമലത വസൂരി പിടിപെട്ടും പേരിടാത്ത പിന്നത്തെ കുട്ടി അജ്ഞാതമായ ഒരു രോഗം ബാധിച്ചും മരിച്ചുപോവുകയുണ്ടായി. ശേഷിപ്പുള്ള ഒരേയൊരു മകളായ ആനന്ദലക്ഷ്മിയുടെ ആരോഗ്യകാര്യങ്ങളിൽ സദാ ശ്രദ്ധവച്ചുകൊണ്ട്, അവളുടെ ആനന്ദം ഒന്നുമാത്രം ലക്ഷ്യമാക്കിക്കൊണ്ട് കിട്ടുണ്ണിക്കാരണവർ ജീവിച്ചുപോരുകയാണ്.

ആനന്ദലക്ഷ്മിക്ക് പ്രായം പതിനെട്ട്. കവികൾ വാഴ്ത്തിപ്പോരുന്ന പതിനേഴിന്റെ എല്ലാ സൗഭാഗ്യങ്ങളും അല്പംകൂടി തെളിഞ്ഞുവിലസുന്നു. വെളുത്ത മേനി, ചുരുണ്ടുനീണ്ട വേണി, ഇന്ദ്രചാപത്തെ വെല്ലുന്ന കണ്ണുകൾ, രക്തശോഭ പൂണ്ട കവിളുകൾ, രണ്ടരപ്പവന്റെ ഉലുവച്ചെയിൻ.. ആരു കണ്ടാലും പെണ്ണിനെ നോക്കിപ്പോവും. നോക്കിനിന്നുപോകും.

പെണ്ണന്വേഷിച്ച് ആരും വരാഞ്ഞിട്ടല്ല കിട്ടുണ്ണിക്കാരണവർ മകളെ കെട്ടിച്ചുകൊടുക്കാത്തത്. അവിടെയാണ് കാര്യം. ആനന്ദലക്ഷ്മിയെ വീര്യശുല്ക്കയാക്കി നിർത്തിയിരിക്കയാണ് അദ്ദേഹം. സംസ്കൃതാനഭിജ്ഞന്മാർക്ക് പുരാണപ്രോക്തമായ 'വീര്യശുല്ക്ക' എന്തെന്ന് മനസ്സിലായില്ല. അല്ലേ? വീരന്മാരായ പുരുഷന്മാർ വന്ന് വീര്യം തെളിയിച്ചാലേ പെണ്ണിനെ കൊടുക്കൂ എന്ന് 'ശുദ്ധ' മലയാളം.

കിട്ടുണ്ണിക്കാരണവരുടെ വീട്ടിന്റെ ചായ്പിൽ ചുവന്നതുണികൊണ്ട് മനോഹരമായി മൂടിവച്ചിരിക്കുന്നതെന്തെന്നു നോക്കൂ. അതൊരു ഗദയാണ്. പരമ്പരാഗതമായി കാരണവർക്കു സിദ്ധിച്ച കുടുംബസ്വത്ത്. കിട്ടുണ്ണിക്കാരണവരുടെ അപ്പൂപ്പന്റെ അച്ഛൻ, അതായത് പാലാടൻ കുഞ്ഞാപ്പുണ്ണി എന്ന തുളുനാടൻ അഭ്യാസിയുടേതാണ് ആ ഗദ. ഒറ്റയടിക്ക് മുപ്പത്തിരണ്ടെണ്ണത്തിന്റെ തല തവിടുപൊടിയാക്കി കുഞ്ഞാപ്പുണ്ണിയുടെ കാല്ക്കീഴിൽ തിരിച്ചുവരാറുള്ള ഗദയെക്കുറിച്ച് നാലു വ്യത്യസ്ത രീതിയിലുള്ള വടക്കൻ പാട്ടുകൾ പ്രചാരത്തിലുണ്ട്. കോട്ടയം തമ്പുരാന്റെ ആയിരത്തിൽ കുറവുവരുന്ന സേനയെ ഒറ്റയ്ക്ക് എതിർത്തതിന്റെ പേരിൽ തമ്പുരാന്റെ പ്രീതിക്ക് പാത്രമാവുകയും അവിടുത്തെ അംഗരക്ഷകനായി അടുത്തൂൺ പറ്റുകയും ചെയ്ത കുഞ്ഞാപ്പുണ്ണി മരിക്കുമ്പോൾ പുത്രന് നല്കിയ വിലപ്പെട്ട സ്വത്താണ് പ്രസ്തുത ഗദ. പുത്രന്മാരെല്ലാം കൈകൊണ്ടുപോലും തൊടാതെ ഗദാധനം പുത്രന്മാർക്കു ദാനംചെയ്തു. പിതാവിന്റെ കാലശേഷം മാത്രമാണ് കിട്ടുണ്ണിക്കാരണവർ അതിന്റെ ഉടമാവകാശിയാവുന്നത്.

കഴിഞ്ഞ തുലാവർഷക്കാലത്ത് ചായ്പിടിഞ്ഞുവീണപ്പോൾ ഇരുപത്തിയെട്ടു യുവജനസംഘം വളന്റിയർമാർ ചേർന്നാണ് ഗദ പൊക്കിയെടുത്ത് പുറത്ത് കൊണ്ടുവന്നതും പൊടിതട്ടിയ ശേഷം നന്നാക്കിയ ചായ്പിൽ പുനഃപ്രതിഷ്ഠിച്ചതും.

'ശരീരമാദ്യംഖലു ധർമ്മസാധനം,' 'ആരോഗ്യമുള്ള ശരീരത്തിലേ ആരോഗ്യമുള്ള മനസ്സുണ്ടാവൂ,' 'ചുമരുണ്ടെങ്കിലേ ചിത്രമെഴുതാവൂ' തുടങ്ങിയ കോപ്പിയെഴുതാനുള്ള വാക്യങ്ങൾ എപ്പോഴും ഉരുവിട്ടു നടക്കുന്ന കിട്ടുണ്ണിക്കാരണവർക്ക് ചെറുപ്പത്തിലേ ഗദയൊന്നു പൊക്കാൻ ആഗ്രഹമുണ്ടായിരുന്നു. എന്നാൽ ഗദയുടെ തലയോ വാലോ ഒന്നനക്കാൻപോലും കിട്ടുണ്ണിക്ക് കഴിഞ്ഞിട്ടില്ല. പവർമാൾട്ടിന്റെ പരസ്യത്തിലെ ഉരുട്ടിച്ചെത്തിയ മാംസപേശികളുള്ള മരംപോലത്തെ വാല്യക്കാരനെയും ഗുണ്ടരാമൻ സിനിമകളിലെ സമ്മർസാൾട്ട് നായകന്മാരെയും മനസ്സിൽ പ്രതിഷ്ഠിച്ചു പൂജിക്കുക കിട്ടുണ്ണിക്കാരണവരുടെ ഒരു ദൗർബ്ബല്യമായിരുന്നു.

അങ്ങനെയിരിക്കെയാണ് ആനന്ദലക്ഷ്മിക്ക് വയസ്സ് പതിനെട്ടാകു

ന്നത്. അവിടുന്നും ഇവിടുന്നും ഓരോ ആലോചന വരാൻ തുടങ്ങിയപ്പോഴാണ് കിട്ടുണ്ണിക്കാരണവരുടെ ശ്രദ്ധ മകളുടെ യൗവനത്തിന്റെ കൂർത്ത അറ്റത്തുചെന്നു പതിച്ചത്. അയാൾ പക്ഷേ, എല്ലാം നേരത്തെ നിശ്ചയിച്ചുവച്ചിരുന്നു; മകളെ വീരശുല്ക്കയാക്കി പ്രഖ്യാപിക്കുക. പൂർവ്വപിതാമഹന്റെ പരിശുദ്ധ ഗദാരത്നത്തെ ഒരു വട്ടം ഒറ്റക്കൈക്കൊണ്ട് തലയ്ക്കുമീതെ വീശുന്നവനേ മകളെ സമ്മന്തം ചെയ്തുകൊടുക്കുകയുള്ളൂ.

കിട്ടുണ്ണിക്കാരണവർ വിവരം ദല്ലാൾ നാണുപ്പണിക്കാരയും ദേശവാണി വണ്ണാത്തിച്ചീരുവിനെയും യഥാകാലം അറിയിച്ചു. അലാക്കു മമ്മുവിന്റെ ചായപ്പീടികയിൽവച്ചും മാധവൻഗുരുക്കളുടെ മൂത്തമകളുടെ മംഗലപ്പുരയിൽവെച്ചും അദ്ദേഹം ഈ വിവരം പരസ്യമായി പ്രഖ്യാപിക്കുകയും ചെയ്തു.

വിവരമറിഞ്ഞ് ആദ്യമെത്തിയത് ട്യൂട്ടോറിയൽ പ്രിൻസിപ്പാൾ പി സി നാരായണൻകുട്ടി എം എ (ഹിസ്റ്ററി), എം എ (ഹിന്ദി), ബി എഡ് (അണ്ണാമല) എന്നയാളാണ്. പ്രിൻസിപ്പാൾക്ക് പെണ്ണ് പത്താം ക്ലാസ് തോറ്റു നില്ക്കുന്ന വിവരമറിഞ്ഞപ്പോഴേ 'ഒരിദ്' തുടങ്ങിയിരുന്നു. പക്ഷേ, കിട്ടുണ്ണിക്കാരണവർക്ക് ബിരുദങ്ങളിലൊന്നും വിശ്വാസമില്ലാത്തതിനാൽ മകളെ ട്യൂട്ടോറിയലിലയച്ചില്ല.

പ്രിൻസിപ്പാളും നാല് മാഷമ്മാരും ശിപായിയുംകൂടി വന്നിരുന്നപ്പോൾ വരയുള്ള ഡെയ്മൻ ഗ്ലാസിൽ നെയ്യുറ്റിച്ച കട്ടൻകാപ്പിയുമായി ആനന്ദലക്ഷ്മി പ്രവേശിച്ചു. ആദ്യം കടക്കണ്ണുകൊണ്ട് വരണമാല്യമണിയിച്ച ശേഷം കണ്ണ് ചായ്പിലേക്ക് നീട്ടിക്കാണിച്ച് പെണ്ണ് അപ്രത്യക്ഷയായി. പ്രിൻസിപ്പാൾ കാപ്പികുടിച്ചു കഴിയുമ്പോഴേക്കും യുവജനസംഘം വളണ്ടിയർമാർക്ക് ആളുപോയിക്കഴിഞ്ഞിരുന്നു. ഇരുപത്തിയെട്ട് വളണ്ടിയർമാരും സെക്രട്ടറിയും മുദ്രാവാക്യം വിളിച്ചുകൊണ്ട് ഓടിയെത്തി. ചായ്പിനകത്തുനിന്ന് ഗദ പുറത്തുവന്നു. വെള്ളി കെട്ടിയതും അവിടവിടെയായി കല്ലുകൾ പതിച്ചതുമായ ഗദ വെയിലേറ്റ് വെട്ടിത്തിളങ്ങി.

പ്രിൻസിപ്പാൾ നാരായണൻകുട്ടി ഷർട്ടഴിച്ചുവച്ചു. ബലിഷ്ഠമായ കൈകൾകൊണ്ട് മുണ്ട് തറ്റുടുത്തു. ഇരുവശത്തും വരിയായി നിന്ന കാണികളെ ഒന്നു തൊഴുതു. പതുക്കെ കുനിഞ്ഞു.

അന്നേരം വീടിന്റെ മുകളിലത്തെ മുറിയുടെ ജനാലയ്ക്കൽ ആനന്ദലക്ഷ്മി നില്ക്കുന്നുണ്ടായിരുന്നു. മയിൽപ്പേടയായി നൃത്തം ചെയ്യാനുള്ള പോസിലായിരുന്നു, അവളുടെ നില്പ്.

വൺ... ടു.. ത്രീ... ഫോർ...

ഇല്ല, ഗദ പൊങ്ങുന്നില്ല. പ്രിൻസിപ്പാളുടെ പുറകുവശത്തെ സ്വേദകണികകൾ നീർച്ചാലുകളായി ഭൂമിയിലേക്കു പതിച്ചുതുടങ്ങി. ഗദയോവാലോ അണുപോലും അനങ്ങിയില്ല. പ്രിൻസിപ്പാളുടെ മുണ്ടു മുഴുവൻ വിയർത്തു നനഞ്ഞുപോയി.

വളിച്ച ഒരു ചിരിപോലും ചിരിക്കാൻ കാത്തുനില്ക്കാതെ നാരായണൻകുട്ടി പടിയിറങ്ങിപ്പോയി. സ്ഥലം വളണ്ടിയർമാർ 'ഏലേലൈസാ ഓബിലമാലി' എന്നു പാടിക്കൊണ്ട് ഗദയെ പൂർവ്വസ്ഥാനത്ത് പ്രതിഷ്ഠിച്ചു.

മൈഥിലി ആനന്ദലക്ഷ്മി അന്നുറങ്ങിയതേയില്ല. തുടർന്നുള്ള രാത്രികളിലും അവൾക്കുറക്കം കുറവായിരുന്നു. ഒടുവിൽ ക്ലാർക്ക് കുഞ്ഞിരാമൻ എന്ന കടത്തനാട്ടുകാരൻ ഗദ പൊക്കാൻ വരുന്നുണ്ടെന്ന് കേട്ടപ്പോഴേ അവളുടെ മനസ്സു തെളിഞ്ഞുള്ളൂ.

അന്നും നെയ്യുറ്റിച്ച കാപ്പിയും കൊടുത്ത് ആനന്ദലക്ഷ്മി പ്രതിശ്രുതനെ കടാക്ഷിച്ചു. മയിൽ പോസിൽ ജനാലയ്ക്കൽ കാത്തു നിന്നു.

അന്ന് യുവജനസംഘത്തോടൊപ്പം ക്യാമറയുമായി റിപ്പോർട്ടർ ദാമോദരൻ പുഴപ്പാടിയുമുണ്ടായിരുന്നു. ക്ലാർക്ക് കുഞ്ഞിരാമന്റെ പോസ് ഒന്നൊന്നായി അയാൾ ക്യാമറയിൽ പകർത്തി. ഒടുവിൽ കുഞ്ഞിരാമൻ ആരോടും മിണ്ടാതെ മഹാനാരായണ തൈലവുമന്വേഷിച്ച് നടന്നുനീങ്ങിയപ്പോൾ ജനവും ആനന്ദലക്ഷ്മിയും നിരാശരായി.

തുടർന്നു ഫിറ്റർ വാസുദേവൻ, കണ്ടക്ടർ ബാലരാമൻ, ഫുട്ബോൾ ബാഹുലേയൻ, ജനീവാ രാജശേഖരൻ തുടങ്ങി ഒട്ടേറെ ആളുകൾ വീരശുല്ക്കയെ പ്രാപിക്കാനാഗ്രഹിച്ച് വന്നുചേർന്നു.

ഓരോരുത്തർ പിരിഞ്ഞുപോകുമ്പോഴും കിട്ടുണ്ണിമൂപ്പർ മന്ദഹാസത്തോടെ ചുമരിനടുത്തു ചെല്ലുകയും കരിക്കട്ടകൊണ്ട് നീളത്തിൽ ഒരു വരയിടുകയും ചെയ്യും. പരാജയപ്പെട്ടവരുടെ അസ്ഥികൾകണക്ക് ഒരുപാട് വരകൾ ചുമരിൽ കുന്നുകൂടിക്കിടന്നു.

കിട്ടുണ്ണിക്കാരണവരുടെ വീട്ടിൽ കാപ്പിക്കും നെയ്യിനും ചെലവു കൂടിക്കൊണ്ടിരുന്നു. ചുമരിൽ ആയിരം വര പൂർത്തിയാകുന്ന ദിവസം ഗദയെടുക്കാൻ വന്ന പാപ്പിക്കുട്ടി എന്ന സ്റ്റണ്ടുഗുണ്ടയ്ക്കാണ് കാപ്പിക്കുപുറമെ അടയും പുഴുങ്ങിയ പഴവും പരിപ്പുപ്രഥമനും കിട്ടിയത്. അന്നത്തെ ദിവസം ഗദോദ്ധാരണത്തിന് സാക്ഷ്യം വഹിക്കാൻ ക്ഷണിക്കപ്പെട്ട ഒരു സദസ്സും ഉണ്ടായിരുന്നു.

കാലം കുറേ കടന്നുപോയിട്ടും ആ ഗദയൊന്നു പൊക്കിയെടുക്കാൻപോലും പ്രാപ്തിയുള്ള ഒരാൾ വന്നുചേർന്നില്ല. ഈയിടെയായി ചുമരിൽ പുതിയ വരകളും അധികമായൊന്നും വീഴുന്നില്ല. ഇടയ്ക്കൊക്കെ വന്നുപെടുന്നത് റിട്ടയേർഡാകാൻ പോകുന്ന പൊലീസ് ഹെഡ് രാമകൃഷ്ണനും പട്ടാളത്തിൽനിന്ന് ഒളിച്ചോടി പതിനാറു സംവത്സരം ഉത്തരേന്ത്യയിൽ ഒളിവിൽ കഴിഞ്ഞ കുഞ്ഞാണ്ടിയും മാങ്ങവെള്ളം സേവിച്ച് കരളലിഞ്ഞുപോയ കുഞ്ഞനന്തനുമൊക്കെയാണ്. അവരും നേരിയ വരകളായി ചുമരിൽ ചെന്നുകൂടി. അപ്പോഴും വൃദ്ധനായ കിട്ടുണ്ണിക്കാരണവരുടെ ചുണ്ടിൽ മന്ദഹാസം വിരിഞ്ഞുനിന്നു

അങ്ങനെയിരിക്കെയാണ് ഒരു പ്രഭാതത്തിൽ കണ്ണാടിനോക്കിയ ആനന്ദലക്ഷ്മിയുടെ മൂക്കിനുള്ളിൽ ഒരു പ്രകാശം കണ്ടെത്തിയത്. ഒരു പുഞ്ചിരിപോലെ ഒരു മുല്ലപ്പൂവിന്റെ പ്രസാദംപോലെ മൂക്കിനുള്ളിൽ ഒരു ധവളശോഭ.

"ദശയായിരിക്കും." കിട്ടുണ്ണിക്കാരണവർ പറഞ്ഞു: "മ്മക്ക് ഇയ്യെൻടിയെ കാണിച്ചുകളയാം." കുടയും വടിയുമായി പിറ്റേന്ന് രാവിലെതന്നെ കാരണവരും മകളും ഇ എൻ ടി സ്പെഷ്യലിസ്റ്റിനെ കാണാൻ പുറ

പ്പെട്ടു. പടിക്കലെത്തിയപ്പോൾ കാരണവർക്ക് സംശയമായി. സ്പെഷ്യലിസ്റ്റ് ചത്തുപോയോ? അത്രയ്ക്കധികമുണ്ട് അവിടെ വിഷാദമൂകരായിരിക്കുന്ന ജനങ്ങൾ. ഒരുപക്ഷേ, ഇയ്യെൻടിയുടെ തന്തയോ തള്ളയോ ചത്തതാകാനും മതി. ഒരു ചെറുപ്പക്കാരനോട് വിവരമന്വേഷിച്ചപ്പോഴാണ് വിഷാദമൂകരും മൂക്കുപിഴിച്ചിലുകാരുമൊക്കെ രോഗികളാണെന്ന് മനസ്സിലാക്കിയത്. ആനന്ദലക്ഷ്മി എൺപത്തിനാലാം നമ്പർ രോഗിയായി രജിസ്റ്റർ ചെയ്യപ്പെട്ട് മുറ്റത്ത് കാത്തിരുന്നു.

ഉച്ചയൂണും ഉറക്കവും പിന്നെ വൈകുന്നേരത്തെ കാപ്പികുടിയും കഴിയേണ്ട നേരത്താണ് ആനന്ദലക്ഷ്മിയെ പരിശോധിച്ചത്. ആനന്ദലക്ഷ്മിയുടെ മൂക്കിൽ കയറി പരിശോധന നടത്തി തിരിച്ചുവന്ന ഇ എൻ ടി പറഞ്ഞു. "ഇത് ദശയല്ല. പല്ലുമുളയ്ക്കുന്നതാണ്. ഒരു ദന്തിസ്റ്റിനെയാണ് നിങ്ങൾ കാണേണ്ടത്."

മുഖവും വീർപ്പിച്ചിരിക്കുന്ന ഒരു കൂട്ടം മനുഷ്യരുടെയിടയിലൂടെ അച്ഛനും മകളും ദന്തിസ്റ്റിനെ കാണാനെത്തി.

ദന്തവൈദ്യൻ ആനന്ദത്തിനോട് ഇരിക്കാൻ പറഞ്ഞു. പിന്നെ ചിരിക്കാൻ പറഞ്ഞു. ദന്തിസ്റ്റ് പതുക്കെ വാ പിളർക്കാൻ അവളെ പ്രേരിപ്പിച്ചു. 'അ... ആ... ആ...." എന്ന് ഒന്നാം ക്ലാസ് വാദ്ധ്യാരെപ്പോലെ അയാൾ വാ പിളർന്നു കാണിച്ചു. ആനന്ദലക്ഷ്മിയും ഒന്നാം ക്ലാസിൽ ചേർന്ന് വാ പിളർന്നു.

രണ്ടുപേരുടെയും വായിൽ നോക്കിക്കൊണ്ട് വാ പിളർന്നു നില്ക്കുകയായിരുന്ന കിട്ടുണ്ണിക്കാരണവർ പെട്ടെന്നു ബോധവൽകൃതനായി. അദ്ദേഹം ദന്തിസ്റ്റിന്റെ സത്വരശ്രദ്ധയെ ആനന്ദലക്ഷ്മിയുടെ മൂക്കിനകത്തേക്ക് കൊണ്ടുവന്നു. ദന്തവൈദ്യന്റെ നിറം മാറി. അയാൾ ഓന്തുവൈദ്യനായി. ചുവന്ന കണ്ണുകളും ഇരുണ്ട കവിളുകളുമുയർത്തി അയാൾ ഇപ്രകാരം പാടി.

മൂക്കിൽ പല്ലു മുളച്ചാലോ
മൂലയ്ക്കു ചെന്നിരിക്കുക
മൂക്കിനുള്ളിലും പല്ല്
മൂത്തോൾക്കേ വരൂ ദൃഢം - മൂത്തു
നരച്ചോൾക്കേ വരൂ ദൃഢം.

കിട്ടുണ്ണിക്കാരണവർ തല കുനിച്ച് കുട കൊണ്ട് മുഖം മറച്ചു നിന്നു. പിന്നിൽ വർഷകാലമേഘം പോലെ മകളും.

കിട്ടുണ്ണിക്കാരണവർ നേരെ ചായ്പിലേക്കാണ് കേറിയത്. ആനന്ദലക്ഷ്മി ജനാലകൾ കൊട്ടിയടച്ച് മെത്തപ്പായയിൽ വീണുരുണ്ടു. കാരണവരാകട്ടെ പരിപാവനമായ ഗദ കാലുകൊണ്ടൊന്നനക്കി നോക്കി. പക്ഷേ, കാൽവിരൽ കൊണ്ടത് നനവൂറുന്ന മണ്ണിലായിരുന്നു. വെള്ളെഴുത്ത് കണ്ണട ഫിറ്റുചെയ്ത് ചായ്പിന്റെ വാതിലും ജനലും മലർക്കെ തുറന്നിട്ട് അയാൾ കുനിഞ്ഞുനോക്കി. അതാ ഗദയുടെ ആകൃതിയിൽ ഒരു ചിതൽപ്പുറ്റ് നീണ്ടുനിവർന്നു കിടക്കുന്നു!

പാളങ്ങളിൽ ഒരു വിലാപയാത്ര

നീണ്ട മണിയടി. കുറേപ്പേർ തിരക്കുപിടിച്ചോടുന്നുണ്ട്. വാട്ടർബോട്ടിലുമായി പുറത്തേക്കിറങ്ങിയ ഭർത്താക്കന്മാരെ ഭാര്യമാർ തിരിച്ചുവിളിക്കുന്നു. കമ്പിയിൽ തൂങ്ങിയെങ്കിലും യാത്ര ചെയ്യണമെന്ന നിർബ്ബന്ധത്തോടെ പലരും വണ്ടിക്കൊപ്പം ഓടാൻ തയ്യാറായി നില്ക്കുന്നു.

ചൂളംവിളി, വണ്ടി നീങ്ങി. ഇപ്പോൾ ഓട്ടക്കാരുടെ ബഹളം കുറച്ചു കുറഞ്ഞിരിക്കുന്നു. ആരൊക്കെയോ ആരോടൊക്കെയോ കൈവീശുന്നുണ്ട്. ഒരു വൃദ്ധ കണ്ണുതുടച്ചുകൊണ്ട് തിരിഞ്ഞുനടക്കുന്നു. 'ചായാ ചായാ' എന്നു പാടിക്കൊണ്ടിരുന്നവരുടെ ശബ്ദം നിലച്ചുകഴിഞ്ഞു. ബാക്കിയായ ചായ അടുപ്പത്തെ കുട്ടകത്തിലേക്കൊഴിക്കുവാൻ അവരെല്ലാം യാത്രയായി. ഒരുത്തന്റെ മുഖത്തും ഒരു ഭാവവുമില്ല.

ഇപ്പോൾ തീവണ്ടി പ്ലാറ്റ്ഫോം പിന്നിട്ടുകഴിഞ്ഞു. സിഗ്നൽ പോസ്റ്റും ക്യാബിനും കഴിഞ്ഞു. പതിവുപോലെ ആദ്യം മൃദുവായ താളത്തിലും പിന്നീട് ദ്രുതതാളത്തിലും ചക്രങ്ങൾ പാളത്തിലുരുണ്ടു നീങ്ങി.

ഇപ്പോൾ ചക്രവും പാളവും കൂടിച്ചേർന്നു പാടുന്ന പാട്ടെന്താണ്? അച്ഛന്റെകൂടെ ആദ്യം തീവണ്ടിയിൽ കയറിയപ്പോഴേ ഈ പാട്ട് ശ്രദ്ധിച്ചിരുന്നു. അന്ന് 'കളിച്ച് രസിച്ച് ചിരിച്ച് മദിച്ച്' എന്ന് പാടിക്കൊണ്ടാണ് പാളത്തിലൂടെ വണ്ടി പാഞ്ഞു പോയത്. ഒരു ബീഡി വാങ്ങാൻപോലും കാശില്ലാതെ തെണ്ടി നടന്ന് ഒടുവിൽ എല്ലാ ഭാഗ്യാന്വേഷികളെയുംപോലെ ഏറ്റവുമടുത്ത ഒരാളിന്റെ മോതിരം പണയംവച്ച് വണ്ടി കയറിയപ്പോൾ പാട്ട് മാറിയിരുന്നു. 'പഠിച്ച് രസിച്ച് നശിച്ച് മുടിച്ച്' എന്ന ഗാനം കേട്ടുകൊണ്ടാണ് നെടുവീർപ്പുകളോടെ നാടുവിട്ടത്. ഇപ്പോൾ വണ്ടിച്ചക്രത്തിന്റെ പാട്ട് തീരെ വ്യക്തമല്ല. എന്തൊക്കെയോ ചേർന്നും പിരിഞ്ഞും ഒടുവിൽ അവ്യക്തമായ കുറേ ശബ്ദങ്ങൾ മാത്രം. അല്ലെങ്കിൽ വണ്ടിച്ച

ക്രത്തിന് പാട്ടെവിടെ? താളമെവിടെ?

കണ്ണടഞ്ഞതെപ്പോഴെന്നും ഉറക്കംതൂങ്ങിയത് എത്ര നേരമാണെന്നും ഓർമ്മയുണ്ടായില്ല. കണ്ണുതുറന്നപ്പോൾ വണ്ടി നിർത്തിയിട്ടിരിക്കുകയാണ്. ഏറെ നേരമായിക്കാണും അതങ്ങനെ കിടക്കാൻ തുടങ്ങിയിട്ട്. ഏതോ വണ്ടി കടന്നുപോകാൻ കാത്തിരിക്കുകയായിരിക്കും. അല്ലെങ്കിൽ ഏതെങ്കിലും ഹതഭാഗ്യന്റെ മൃതദേഹം നീക്കം ചെയ്യാൻ വേണ്ടിയുള്ള താമസമായിരിക്കും. അതുമല്ലെങ്കിൽ ഉറക്കംതൂങ്ങിപ്പോയ ഒരുസ്റ്റേഷൻമാസ്റ്റർ സിഗ്നൽ കൊടുക്കാൻ വൈകിയതുമാവാം.

പുറത്തേക്ക് നോക്കി. ഇരുട്ട്. തിങ്ങിനിറഞ്ഞ കറുപ്പ്. അകലത്തെവിടെയോ മിന്നാമിനുങ്ങിനെ തോല്പിക്കാൻ പാടുപെടുന്ന കുറേ വൈദ്യുത ബൾബുകൾ. ഇരുട്ടിൽ ഇരുട്ടല്ലാതെ മറ്റൊരു കാഴ്ചയുമില്ല. ഇരുട്ടിനെവിടെയും ഒരു മുഖമാണ്. ഇരുട്ടിലെ എല്ലാ ദൃശ്യങ്ങളും ഒരുപോലെയാണ്. അല്ലെങ്കിലും തീവണ്ടിയാത്രയിൽ പ്രകൃതിദൃശ്യങ്ങളില്ലല്ലോ. ചലനമറ്റു കിടക്കുന്ന കാഴ്ചകൾ. എല്ലാ തവണയും ഒരേ കാഴ്ച. ഒരേ വഴി. ഒരേ താളം. ഒരേ വേഗം...

യാത്ര ബസിലാക്കാമായിരുന്നു. രാത്രിയാണെങ്കിലും ഉണർന്നിരിക്കുന്ന കള്ളുഷാപ്പുകളുണ്ടാവും. ഷാപ്പിനു മുന്നിൽ വഴക്കടിക്കുന്ന മദ്ധ്യവയസ്കരുണ്ടാകും. സെക്കന്റ്ഷോ വിട്ട് ഒറ്റയും തെറ്റയുമായി നീങ്ങുന്ന തൊഴിൽരഹിതരുണ്ടാകും. ഏതോ ലോറിക്കാരൻ അഞ്ചുരൂപയും കൊടുത്തിറക്കിവിട്ട മഞ്ഞച്ചേല ചുറ്റിയ കറുത്ത വേശ്യ നിഷ്ഫലമെന്നറിഞ്ഞിട്ടും കൈ നീട്ടിയെന്നുവരും. റോഡുകൾക്ക് ദിവസം മുഴുവനും ജീവനുണ്ടാകും. ഗട്ടറുകളിലും ഹമ്പുകളിലുമായി തരംഗഗതിയിലുള്ള ഒരു യാത്ര എന്തുകൊണ്ടും രസകരമാണ്. ബസിൽ യാത്ര ചെയ്യുമ്പോൾ ഐഡിയകൾ ഓരോന്നായി വരും. ഭാവനയ്ക്ക് ചിറകുമുളയ്ക്കും. ചിറകിലേറി കഥകൾ വിളയുന്ന പാടങ്ങളിൽ ചെന്നിറങ്ങാം. കതിർമണികൾ കൊത്തിയെടുക്കാം.

പക്ഷേ, അകാലത്തിൽ വാർദ്ധക്യം വന്നുപോയ ഒരു യുവാവിന് അത്തരമൊരു യാത്ര സുഖം നല്കിയെന്നുവരില്ല. തനിക്കിപ്പോൾ പറ്റുന്നത് സീറ്റിലിരുന്നുറക്കം തൂങ്ങുന്ന കൂനിക്കൂടിയുള്ള ഒരു യാത്രയല്ല. കമ്പിയിൽ പിടിച്ചുതൂങ്ങി, പിന്നിലെ മനുഷ്യന്റെ ശിരസ്സുകൊണ്ടുള്ള ഇടികളേറ്റുവാങ്ങാനും ഇപ്പോഴത്തെ ആരോഗ്യനില ഇഷ്ടപ്പെടുന്നില്ല. എത്ര പേരെയും അഡ്ജസ്റ്റു ചെയ്യാവുന്ന ജനറൽ കംപാർട്ടുമെന്റായാലും അതിൽ പിടിച്ചു തൂങ്ങുന്നതുതന്നെ വലിയ കാര്യമാണ്.

അച്ഛനിപ്പോൾ എന്തായിട്ടുണ്ടാവുമെന്നറിയില്ല. മൂന്നുമണിക്കാണ് കമ്പി കിട്ടിയത്. കമ്പിയിൽ കോർത്ത പതിവു വാചകങ്ങളിൽ കിടന്ന് മനസ്സ് പിടഞ്ഞു. ഫാദർ സീരിയസ് എന്ന മുറിയൻ വാക്യത്തിന് അർത്ഥമെത്രയുമാകാം. അച്ഛന് തന്നെ കാണാനാഗ്രഹം തോന്നിയപ്പോൾ ഒരു കമ്പിയടിച്ചു വരുത്താൻ വിചാരിച്ചുകാണും. അല്ലെങ്കിൽ അസുഖമായി ആശുപത്രിയിൽ അഡ്മിറ്റ് ചെയ്തിട്ടുണ്ടാവും. 'കാണേണ്ടവരെയൊക്കെ

കാണിച്ചോളിൻ' എന്ന് ഡോക്ടർ അവസാനവാചകം പറഞ്ഞപ്പോൾ കമ്പിയടിച്ചതാവും. ഇനിയൊരുപക്ഷേ... അതെ, അങ്ങനെയും സംഭവിച്ചുകൂടായ്കയില്ല. പണ്ട് വല്യമ്മാവൻ മരിച്ച വിവരവുമായി ഒരു വയസ്സൻ വന്നപ്പോൾ ഉമ്മറത്തുനിന്ന് ഉറക്കെ പറഞ്ഞതിപ്പോഴും ഓർമ്മയുണ്ട്. "ഓർക്ക് സൂക്കേട് കൊറച്ച്ജാസ്ത്യാ." അമ്മ തിരക്കിട്ട് വസ്ത്രം മാറാൻ അകത്തേക്കു പോയപ്പോൾ അച്ഛൻ അയാളോട് ചോദിക്കുന്നതുംകേട്ടു. "കഴിഞ്ഞിട്ടുണ്ടാവും ല്യേ?"

ടെലഗ്രാം ചെയ്തതാരാണെന്നറിയില്ല. മദനന് ഏട്ടന്റെ ടെൻഷനെക്കുറിച്ചറിയാം. അവനാണ് ടെലഗ്രാം ചെയ്തതെങ്കിൽ ഫാദർ സീരിയസിനർത്ഥം അച്ഛൻ മരിച്ചുകഴിഞ്ഞു എന്നാണ്. ദാസൻ ഒരിക്കലും സീരിയസായിട്ടില്ല. അച്ഛനല്പം അസുഖമായപ്പോൾ അച്ഛനോ മറ്റാരെങ്കിലുമോ ഏട്ടനെ വിവരമറിയിക്ക് എന്നുപറഞ്ഞ ഉടനെ അവനോടിപ്പോയി ടെലഗ്രാം ചെയ്തു കാണും. എങ്കിൽ, എങ്കിൽ സമാധാനമായിരുന്നു.

വണ്ടിയിറങ്ങിച്ചെല്ലുമ്പോൾ എന്തായിരിക്കും വീട്ടിലെ അവസ്ഥ? ഉമ്മറത്തെ ചൂരൽക്കസേരയിൽ ചാഞ്ഞിരുന്ന് അച്ഛൻ പത്രം വായിക്കുകയാണെങ്കിലോ? കണ്ടപാടേ സന്തോഷം വന്ന് ഒന്ന് ചിരിക്കും. പിന്നെ ഉറക്കെയുറക്കെ പൊട്ടിച്ചിരിക്കും.

"നീയൊന്ന് പരിഭ്രമിച്ചു, ല്യേ?"

പെട്ടെന്നു മറ്റൊരു ചിത്രം മനസ്സിൽ കടന്നുചാടി. അഴിക്കട്ടിലിൽ ദേഹം കമ്പിളിപ്പുതപ്പുകൊണ്ട് മൂടി നരച്ച താടിരോമങ്ങൾക്കിടയിൽ കുഴികൾ വീണ മുഖവുമായി അച്ഛൻ. അച്ഛന്റെ കഷണ്ടി കയറിയ തലയിൽ തടവിക്കൊണ്ട് മൂക്കു പിഴിയുന്ന അമ്മ. കട്ടിലിന്റെ ഓരം ചാരി എന്തു ചെയ്യണമെന്നറിയാതെ നിലത്തിരിക്കുന്ന ഏടത്തി. മുറ്റത്ത് വന്നിരുന്ന് മുറുക്കിത്തുപ്പുന്നവരോട് സാധനങ്ങളുടെ വിലക്കയറ്റത്തെക്കുറിച്ച് വിസ്തരിക്കുന്ന അളിയൻ. ദാസനൊരു പക്ഷേ, മരുന്നുവാങ്ങാൻ പോയിരിക്കും. മദനൻ ഉമ്മറപ്പടിയിലിരുന്ന് തൂണുംചാരി ദൂരേക്ക് നോക്കുന്നുണ്ടാവും. ബാഗുംതൂക്കി കയറിവരുന്ന ഏട്ടനെക്കണ്ട് അവന്റെ കണ്ണിൽ വെള്ളം നിറയും. കണ്ണുകൊണ്ട് പടിഞ്ഞാറ്റയിലേക്ക് ചൂണ്ടും.

ഇനിയുള്ള ചിത്രം സങ്കല്പിക്കാനേ കഴിയുന്നില്ല. മുറിഞ്ഞുവീണ പൊട്ടുകൾക്കിടയിൽ അച്ഛന്റെ മുഖം മാത്രം കണ്ടുകിട്ടി. ചെരിഞ്ഞുകിടന്ന് തന്നെപ്പറ്റിപ്പിടിച്ച് ചെവിയിൽ കഥകൾ പറഞ്ഞുതരാറുള്ള അച്ഛൻ, മലർന്നു കിടക്കുകയാവണം. കണ്ണുകൾ അല്പം തുറന്നിരിക്കുന്നു. ചെവിയിലെ നീണ്ട രോമങ്ങൾ അപ്പോഴും ഉയർന്നുനില്ക്കുന്നു. ചുണ്ടുകൾ കരുവാളിച്ചു കിടക്കുന്നു.

പായുടെ തലയ്ക്കൽ നിലവിളക്ക് കത്തിച്ചിട്ടുണ്ടാവുമോ? നാട്ടു മുഖ്യന്മാർ അതൊക്കെ ഏർപ്പാടു ചെയ്തുകാണും. ആചാരങ്ങളെ വെല്ലുവിളിച്ച അച്ഛനെ മരണത്തിനുശേഷമെങ്കിലും തോല്പിക്കണമെന്ന് ചിലർക്കെങ്കിലും വാശിയുണ്ടാവും. അവർ ഓടിയെത്തി ആചാരങ്ങളുടെ ചുമതലയേറ്റെടുത്തിട്ടുണ്ടാവും. എള്ളും കർപ്പൂരവും കുന്തിരിക്കവു

മൊക്കെ വാങ്ങാൻ ആളെ വിട്ടുകഴിഞ്ഞിരിക്കും. ഇതൊന്നും അച്ഛനിഷ്ട മുണ്ടായിരുന്ന കാര്യങ്ങളല്ലെന്നു പറയാൻ അമ്മയ്ക്കും കഴിയുകയില്ല. അമ്മ ഒരുപക്ഷേ, അർദ്ധബോധാവസ്ഥയിൽ വിങ്ങിവിങ്ങിക്കരയുകയാ യിരിക്കും. മദനന് എല്ലാം കണ്ടുനില്ക്കാനേ കഴിയൂ. ദാസന്റെ വാക്കു കൾക്ക് മൂപ്പെത്തിയിട്ടില്ലെന്ന് അവനുതന്നെ തോന്നിക്കാണും.

–ഛേ! എന്തിനിങ്ങനെയൊക്കെ ചിന്തിക്കണം. പെട്ടെന്നൊരു ശ്വാസം മുട്ടൽ. എല്ലാവരും ആശുപത്രിയിൽ പോകാൻ നിർബ്ബന്ധിക്കുമ്പോൾ അച്ഛൻ പറഞ്ഞു. "ചെക്കനെ വിവരമറിയിക്ക്. അവൻ വന്നിട്ട് ഡോക്ടറെ കാണാം." വീട്ടിൽ ചെന്നാൽ നിനക്കെത്ര ദിവസം ലീവുണ്ട്? എന്നായി രിക്കും ചോദ്യം. അതറിഞ്ഞാൽ പറയും.

"ഞാ ഇനീപ്പോ ഡോക്ടറെയൊന്നും കാണിക്കേണ്ട. നീ പോകുന്നേന്ന് മുമ്പ് കാണിച്ചേക്കാം." ഏതു ലീവിനു ചെന്നാലും അതായിരുന്നല്ലോ സ്ഥിതി.

ഈശ്വരാ അങ്ങനെതന്നെയായിരിക്കട്ടെ.

എവിടന്നാണ് പെട്ടെന്ന് ഈശ്വരൻ ചാടിവീണത്? അച്ഛന് ഈശ്വര വിശ്വാസമുണ്ടായിരുന്നില്ല. മക്കൾക്കും ഈശ്വരനുണ്ടായിരുന്നില്ലല്ലോ. പിന്നെന്തേ ചിന്തകൾക്കിടയിൽ ഈശ്വരൻ കടന്നുവന്ന് സ്ഥാനം പിടി ച്ചത്?

ആലോചിച്ചപ്പോൾ തോന്നി. അതങ്ങനെയാണ്. മൃത്യുവിന് തൊട്ടു മുന്നിൽ ഈശ്വരൻ സ്നാപകയോഹന്നാനെപ്പോലെ കടന്നുവരും. ചുറ്റു മിരിക്കുന്നവരെ തുറിച്ചുനോക്കും. പല്ലിളിക്കും. വിശ്വരൂപം കണ്ട് പേടിച്ചി രിക്കുന്നവർ അറിയാതെ കണ്ണടച്ച് കൈകൂപ്പും. "ഈശ്വരാ രക്ഷിക്കണേ." ഈശ്വരവിശ്വാസമില്ലാത്തവനും വെറുതെയൊന്ന് മനസ്സിൽ ഉരുവിടും. 'ഈശ്വരാ.' ഈശ്വരനുണ്ടെങ്കിൽ തന്റെ പ്രാർത്ഥനയും കേട്ടുകൊള്ളട്ടെ എന്നു ധരിക്കും. അപ്പോഴൊക്കെ ഈശ്വരൻ അദൃശ്യനായിനിന്ന് അസ്പ ഷ്ടമായി മന്ത്രിക്കും. 'എന്നേക്കാൾ വലിയവൻ എനിക്ക് പിമ്പേ വരുന്നു!' എല്ലായ്പ്പോഴും ഈശ്വരന്മാരെയെല്ലാം തോല്പിച്ചുകൊണ്ടാണ് മരണം കടന്നുവരുന്നത്.

വണ്ടി ഇപ്പോഴും നിർത്തിയിട്ടിരിക്കുകയാണ്. ഇതുവരെ അസ്വസ്ഥ തയോടെ മുരണ്ടിരുന്നവർപ്പോലും ഇപ്പോൾ മൗനമവലംബിച്ചിരിക്കുന്നു. നിർത്തിയിട്ട വണ്ടി നിർത്തിയിട്ട അവസ്ഥയിൽത്തന്നെ തുടരുകയാണ്. ന്യൂട്ടന്റെ സെക്കന്റ്ലോ അതാണെന്നു തോന്നുന്നു. ഒന്നുരുവിട്ടുനോക്കി യാലോ? 'എ ബോഡി എറ്റ് റെസ്റ്റ് വിൽ റിമെയ്ൻ എറ്റ് റെസ്റ്റ് ആന്റ് എ ബോഡി..'

ന്യൂട്ടന് തെറ്റു പറ്റുന്നില്ല. വണ്ടി ഇപ്പോഴും വിശ്രമാവസ്ഥയിലാണ്. അടുത്തൊന്നും നീങ്ങാനുള്ള ഭാവവുമില്ല. ആത്മഹത്യയോ സിഗ്നൽ തക രാറോ മറ്റൊരു വണ്ടിയോ? അതോ മുന്നിൽ പോയ ഏതെങ്കിലും വണ്ടി പാളം തെറ്റിയോ?

നീണ്ട ഭയാനകമായ ഒരു ചൂളം വിളി. വണ്ടി പുറപ്പെടുകയാണോ?

അല്ല. തൊട്ടപ്പുറത്തെ പാളങ്ങൾ പ്രകമ്പനം കൊള്ളുന്നുണ്ട്. ശക്തിയേറിയ വെളിച്ചം വലുതായിവരുന്നു. ട്രെയിൻ ക്രോസിങ്ങാണ്. ഏത് വണ്ടിയാണാവോ ഈ നേരത്ത്?

എഞ്ചിൻ കടന്നുപോയി. ഗുഡ്സ് ട്രെയിനാണ്. പശ്ചിമ റെയിൽവേയുടെയും പൂർവ്വ റെയിൽവേയുടെയും മദ്ധ്യറെയിൽവേയുടെയും ബോഗികൾ ഒരേ താളത്തിൽ മാർച്ചു ചെയ്തുനീങ്ങി. കുറേയെണ്ണം നീങ്ങിക്കഴിഞ്ഞിട്ടും തീരുന്നില്ല. അതിങ്ങനെ തുടരുകയാണ്. പത്തെണ്ണം നീങ്ങിപ്പോയിട്ടുണ്ടാവുമെന്ന ധാരണയിൽ പതിനൊന്നെന്നു വച്ച് എണ്ണിത്തുടങ്ങി. പതിനൊന്ന്. പന്ത്രണ്ട്.. പതിമൂന്ന്. ഏറിവന്നാൽ രണ്ടെണ്ണം കൂടി. തീർന്നില്ല ഇനിയുമുണ്ട്. പത്തൊമ്പത്... ഇരുപത്... എന്നിട്ടും തീർന്നില്ല. ഇപ്പോൾ കമ്പാർട്ടുമെന്റുകൾ ചതുരവടിവു മാറ്റി ഉരുണ്ടുതുടങ്ങിയിരിക്കുന്നു. വീണ്ടും എണ്ണിത്തുടങ്ങി. ഇരുപത്തിയേഴ്... ഇരുപത്തെട്ട്... ഇരുപത്തൊമ്പത്... കമ്പാർട്ടുമെന്റുകൾ തുടരെത്തുടരെ നീങ്ങുകയാണ്. ഇനിയും എത്ര കാണും? തീരാറായിട്ടുണ്ടാവുമല്ലോ. വീണ്ടുമെണ്ണി. ഇല്ല. തീർന്നില്ല. എണ്ണൽ നിർത്തി മുഖം കുനിച്ചിരുന്നു. ഏറെനേരം കണ്ണടച്ചിരുന്നിട്ടും വാഗണുകളുടെ വിലാപയാത്ര നിലച്ചിട്ടില്ല. കണ്ണ് തുറന്നു നോക്കിയപ്പോൾ ഇനിയുമുണ്ട് കടന്നുപോകാൻ...

പാവം കൊളന്തൈ

നേരംകൊല്ലി വാരികയിൽനിന്ന് മനസ്സെവിടേക്കോ പാഞ്ഞുപോയിരുന്നു. ചായ, കാപ്പി, സമൂസ, വടകൾ കലമ്പൽ കൂട്ടിയപ്പോഴാണ് ഞെട്ടിയുണർന്നത്. ഒരു ഞെട്ടലോടെ വണ്ടിയും നിന്നു. താഴ്ത്തിയിട്ട ഷട്ടർ പൊക്കിവച്ചു. തിരക്കുപിടിച്ച ഏതോ ഒരുസ്റ്റേഷൻ,.

മങ്ങിയ നിറത്തിലുള്ള ഒരു തോല്പെട്ടിയും മഞ്ഞത്തുണിസഞ്ചിയും അവയ്ക്ക് പിന്നാലെ കള്ളിച്ചേല ചുറ്റിയ ഒരുസ്ത്രീയും മുന്നിലെ സീറ്റിലെത്തി.

"അമ്മാ പൊരുളെല്ലാം എടുത്തുവച്ചാച്ചാ?"

സ്കൂൾകുട്ടിയുടെ ബാഗും കഴുത്തിനു പിന്നിലിട്ട് നീണ്ടുമെലിഞ്ഞ ഒരു താടിക്കാരൻ അമ്മയുടെ അരികുപറ്റി നില്ക്കുകയാണ്.

"ആമാ രാജൂ. നീ എറങ്കിക്കോ. വണ്ടി പൊറപ്പെടപ്പോകിറത്."

അയാൾ അമ്മയുടെ തോളിൽ ഒന്നുപിടിച്ചമർത്തി പുറത്തേക്കു നടന്നു. സീറ്റിൽ ചാരിവച്ച കുടയെടുക്കാൻ മറന്നു.

"കൊടൈ. കൊടൈ രാജൂ. കൊടൈ."

വളഞ്ഞകാലുള്ള കുടയുമായി അമ്മ പിറകെ ഓടി. വാതിലിനടുത്തുവച്ച് കുട ഏല്പിച്ച് അവർ ജനലിനരികിലെ സീറ്റിലിരുന്നു. പുറത്തുകൂടി ധൃതിപിടിച്ചുവന്ന് അയാൾ തീവണ്ടി പറ്റി നിന്നു. വായിൽ നിറയെ പല്ലുകളുള്ള, ചുരിദാറണിഞ്ഞ്, മുടി മുകളിലേക്ക് കെട്ടിവച്ച, വെളുത്ത പെൺകുട്ടി അയാളുടെ പിന്നിൽനിന്ന് അമ്മയെനോക്കി ചിരിച്ചുകൊണ്ടിരുന്നു. അമ്മയ്ക്ക് ചിരിക്കാൻ തോന്നിയില്ല. രാജുവിന്റെ തോളിൽപ്പിടിച്ചുകൊണ്ട് പെൺകുട്ടി വിളിച്ചു പറഞ്ഞു.

"അമ്മാ, അപ്പാവിടം കേട്ടതാക ശൊല്ലുങ്കോ."

അമ്മ അവളെ നോക്കി തലയാട്ടി. മുന്നോട്ടുന്തിയ മൂക്ക് തടവി

ക്കൊണ്ട് മകൻ വണ്ടിക്കകത്തേക്ക് കണ്ണിമയ്ക്കാതെ നോക്കുകയാണ്. പെൺകുട്ടിയാകട്ടെ സിഗ്നലിന്റെ നിറഭേദം കാണാൻ കാത്തുനില്ക്കുകയായിരുന്നു.

"വണ്ടി പൊറപ്പെട നേരമാച്ച്"

വണ്ടിയുടെ ചൂളംവിളിയോടൊപ്പം അവളുടെ ശബ്ദമുയർന്നു. രാജുവിനെ പിറകോട്ട് പിടിച്ചുമാറ്റാനായി അവൾ മുന്നോട്ടാഞ്ഞു. പിന്നെ എന്തോ ഓർത്തു അവിടെത്തന്നെ നിന്നു. അമ്മയുടെ കൈത്തലം മകന്റെ കൈയിലമർന്നു. പതുക്കെ കൈകളയഞ്ഞു. വണ്ടി നീങ്ങുകയാണ്. മകന്റെ കൈ വായുവിലുയർന്നു. പെൺകുട്ടി ചിരിച്ചുകൊണ്ട് ടാറ്റാ പറയുന്നത് അമ്മ ശ്രദ്ധിച്ചില്ല. മകന്റെ ശുഷ്കിച്ച കൈവിരലുകൾ തലയ്ക്കു

മീതെ ചാഞ്ഞു ചാഞ്ഞ് നീങ്ങിക്കൊണ്ടിരിക്കുന്നതു മാത്രം അവർ കണ്ണിമയ്ക്കാതെ നോക്കി നിന്നു.

ഇപ്പോൾ മകൻ ആൾക്കൂട്ടത്തിൽ അലിഞ്ഞുകഴിഞ്ഞിരുന്നു. അമ്മ കണ്ണടയെടുത്തുമാറ്റി ചേലത്തുമ്പുകൊണ്ട് കണ്ണുതുടച്ചു. മെല്ലെ പിറുപിറുത്തു: "പാവം കൊളന്തൈ..."

മടക്കയാത്ര ഓട്ടോറിക്ഷയിലായിരുന്നു. കൂനിപ്പിടിച്ച് ഓട്ടോവിലിരിക്കുമ്പോഴും രാജു നിശ്ശബ്ദനായിരുന്നു. കമലയിൽനിന്ന് മുഖം മറച്ചു പിടിക്കാനായി പുറത്തെ മങ്ങിയ നിറങ്ങളിലേക്ക് അയാൾ കണ്ണയച്ചു. കമലയും എന്തോ ഓർത്തുകൊണ്ടിരിക്കുകയായിരുന്നു. പക്ഷേ, അവളുടെ കൈ മറ്റേകൈയുമായി താളം പിടിക്കുകയാണ്. അവൾ ഭർത്താവിന്റെ ഇരിപ്പ് ശ്രദ്ധിച്ചു. തല്ക്കാലം ശ്രദ്ധ തിരിക്കേണ്ടെന്ന് കരുതി അവളെന്തോ മൂളിത്തുടങ്ങി. അയാളാകട്ടെ താടിക്ക് കൈയുംവച്ച് പരിചയമേറിയ തെരുവിലൂടെ അപരിചിതന്റെ ഭാവവുമായി സഞ്ചരിക്കുകയായിരുന്നു.

ഓട്ടോറിക്ഷയിൽനിന്നിറങ്ങിയപാടെ താഴത്തെ നിലയിലെ പട്ടിയോട് കുശലം പറഞ്ഞുകൊണ്ട് കമല കോണിപ്പടികൾ കയറി. രാജു ഓട്ടോറിക്ഷക്കൂലിക്കുവേണ്ടി നാലുപോക്കറ്റുംകൂടി തപ്പി ചില്ലറ സംഘടിപ്പിച്ചു കൊടുത്തു. കോണിപ്പടി കയറി മുകളിലെത്തിയപ്പോൾ മുറിയിൽ ലൈറ്റിട്ടിട്ടില്ല. സ്വിച്ചിട്ടു. കമല ബെഡ്ഡിൽ കുറുകെകിടന്ന് സ്വസ്ഥതയോടെ ചിരിക്കുന്നതാണ് കണ്ടത്; എന്താണിത്ര സന്തോഷിക്കാൻ എന്നു ചോദിക്കണമെന്നുണ്ടായിരുന്നു. അതിനു മുമ്പ് അവൾ പറഞ്ഞുതുടങ്ങി:

"ഹോ! അമ്മയെ വണ്ടി കേറ്റിവിട്ടു കഴിഞ്ഞപ്പോ ആശ്വാസമായി."

"ആശ്വാസമോ! ആർക്ക്?" രാജു ഭാര്യയെ തറപ്പിച്ചു നോക്കി.

"എന്തു ചെയ്താലും കുറ്റമാവുമോ എന്നായിരുന്നു എന്റെ പേടി. ഉപ്പുമാവിൽ ഉപ്പു കൂടിപ്പോകുമോ, കുളിക്കാനുള്ള വെള്ളത്തിന് ചൂട് കുറഞ്ഞുപോകുമോ എന്നെല്ലാം ഞാൻ ഭയപ്പെട്ടു."

"നിനക്കമ്മയെ ഇത്ര പേടിയാണോ?"

"ഏയ്.. ഞാനെന്തിനാ പേടിക്കുന്നത്?

...പക്ഷേ, നമ്മുടെ വീട്ടിലാദ്യമായി വരവല്ലേ. ആദ്യത്തെ പ്രാവശ്യമെങ്കിലും ഒടക്കില്ലാതെ കഴിച്ചുകൂട്ടാമെന്നു കരുതി."

അവൾ പൊട്ടിച്ചിരിച്ചു. അയാൾക്ക് ചിരിക്കാനേ കഴിഞ്ഞില്ല. തൃശ്ശിനാപ്പള്ളി റെയിൽവേസ്റ്റേഷനിലിറങ്ങി അപ്പാവിന്റെ വെഞ്ചാമരം പോലത്തെ തലയും തേടി നടക്കുന്ന അമ്മ അയാളെ ചിരിപ്പിക്കുന്നില്ല. വണ്ടിയിലിരുന്ന് ഇടയ്ക്കിടെ കണ്ണീരൊപ്പാൻ വേണ്ടി മുഖം കുനിക്കുന്ന അമ്മ അയാളെ സന്തോഷിപ്പിക്കുകയില്ല. അപ്പാ വരാൻ വൈകിയാലോ? അപ്പാവുക്ക് എഴുതി അയച്ച കത്ത് കിട്ടിയില്ലെങ്കിലോ? ഈ ചിന്തകളൊന്നും ഒരിക്കലും അയാളെ സന്തോഷിപ്പിക്കുകയില്ല.

അയാൾ തരിച്ചിരിക്കുകതന്നെയാണ്. അമ്മയെ തനിച്ചു പറഞ്ഞയക്കേണ്ടിയിരുന്നില്ല. കൂടെപ്പോകണമെന്നുണ്ടായിരുന്നു. പക്ഷേ, കമലയുടെ റിസർച്ചിന് അത് തടസ്സമാകും. അവളെ തനിച്ചാക്കി പോകാനും പറ്റില്ല.

ഗൈഡ് ഇപ്പോൾത്തന്നെ കോപിഷ്ടനായിട്ടുണ്ടത്രേ. വെറുപ്പിച്ചാൽ അയാൾ വിഷം തുപ്പുന്ന പാമ്പാണ്. തിസീസ് പതിമൂന്നു പ്രാവശ്യം തിരുത്തിയെഴുതിച്ച ചരിത്രമുണ്ടെന്ന് കേട്ടിട്ടുണ്ട്.

കമല ചാടിയെഴുന്നേറ്റു.

"ഐഡിയ! ഇന്ന് നമുക്ക് പ്രിപ്പറേഷൻ വേണ്ട. ആര്യഭവനിൽ പോയി ഊത്തപ്പം ശാപ്പിടാം."

അയാൾക്കതിലൊട്ടും വിരോധമുണ്ടായില്ല. ഊത്തപ്പമായാലും തൈർശാതമായാലും അയാൾക്കൊന്നിനും സ്വാദുമുണ്ടാവില്ല.

അവൾ തന്നെയാണ് ഓർഡർ ചെയ്തത്. എച്ചിൽപ്പാത്രങ്ങളെടുത്ത് ബക്കറ്റിലിട്ട് കിലുകില ശബ്ദമുണ്ടാക്കുന്ന കുട്ടികൾ അയാളെ വേദനിപ്പിച്ചു. കുട്ടികളുടെ ചലനങ്ങളിൽ, അകിടിൽനിന്നും പിടിച്ചുമാറ്റിയ പൈക്കുട്ടികളെ അയാൾ കണ്ടെത്തി.

മുന്നിൽ വന്നതെന്താണെന്നു നോക്കുകപോലും ചെയ്യാതെ എവിടെയോ ശ്രദ്ധിച്ചുകൊണ്ടിരുന്ന ഭർത്താവിനെ കമല കുലുക്കിയുണർത്തി.

"ലുക്ക് രാജൂ..?" അപ്പോഴേക്കും പകുതിയോളം തിന്നുതീർത്തിരുന്നു അവൾ.

"മൂഡോഫാക്കാതെ വല്ലതും തിന്നാൻ നോക്ക്!" താക്കീതിന്റെ സ്വരത്തിലുള്ള അഭ്യർത്ഥനയെ മാനിച്ച് അയാൾ പ്ലേറ്റിൽ കൈവച്ചു.

ഊത്തപ്പത്തിന് ഉപ്പ് കൂടുതലായിത്തോന്നി.

"എന്താ ടെയ്സ്റ്റില്ലേ?"

"ഉപ്പ് കൂടുതലാണ്."

അവൾ അയാളുടെ അപ്പത്തിൽനിന്നു ഒരു പൊട്ടെടുത്ത് വായിലിട്ടു.

"നോ. ഉപ്പ് പാകമാണ്. ട്രൈ രാജൂ."

അയാൾ വീണ്ടും ഒരു കഷണം തിന്നുനോക്കി. നാവിൽ ഉപ്പുരസം തികട്ടിവന്നു.

വണ്ടിയിലിരുന്ന് അമ്മ കണ്ണീരു തുടയ്ക്കുകയാണ്. തുടച്ച കണ്ണിൽനിന്ന് വീണ്ടും ഉറവ. കവിളിലൂടെ ചുണ്ടിലേക്ക് ഉപ്പു നിറഞ്ഞ നനവ്.

അമ്മ അയാളോട് പറയാറുണ്ടായിരുന്നു.

"രാജൂ.. നീയും ഉപ്പു കുറയ്ക്കണം. അപ്പാവുക്ക് സാൾട്ടിടാനേ പാടില്ല. നീയും അപ്പാമാതിരിയാവും... നോക്കിക്കോ."

അയാളിൽ എന്നും ഉപ്പു കൂടുതലായിരുന്നു. മനസ്സുനിറയെ ഉപ്പ്. ശരീരത്തിലെങ്ങനെയെന്നറിയില്ല. അപ്പായുടെ ശരീരത്തിലും മനസ്സിലും ഉപ്പിന്റെ അളവ് കൂടുതലാണ്. വെള്ളരിക്കയും പാവയ്ക്കയും കടിച്ചുചവച്ചുതിന്നാലും അപ്പാവുക്ക് പ്രഷർ കുറയില്ല. അമ്മ അതാണ് വേഗം തിരിച്ചുപോയത്. "അപ്പാവും നിന്നെപ്പോലെതന്നെയാണ് രാജു. ഞാനെത്തിയില്ലെങ്കിൽ ഒന്നും നടക്കില്ല.."

ഉപ്പിന്റെ കാഠിന്യം കൂടിവന്നിട്ടും ഒന്നും മിണ്ടാതെ പകുതിയോളം ഊത്തപ്പം അയാൾ വിഴുങ്ങി.

മടങ്ങുമ്പോൾ അവൾ ചോദിച്ചു:

"ഊത്തപ്പം ഇഷ്ടപ്പെട്ടില്ല. അല്ലേ?"

'ഊത്തപ്പമോ? ഇഷ്ടപ്പെട്ടില്ലെന്നോ? ആർക്ക്?"

"വഴിയുണ്ട്!" അവൾ ചിരിച്ചു: "നമുക്ക് പാർക്ക് വ്യൂവിൽ കയറി ഓംലറ്റടിക്കാം."

"എനിക്കു വേണ്ട."

ഓംലറ്റൊക്കെ അയാൾ കഴിച്ചിട്ടുണ്ട്. ഹോസ്റ്റലിൽവച്ച് അനന്തകൃഷ്ണൻ നിർബ്ബന്ധിച്ച് കഴിപ്പിച്ചിട്ടുണ്ട്.

"കഴിക്കെടാ രാജൂ ദോശ പണ്ടേ പട്ടർക്ക് പറഞ്ഞതല്ലേ.. ഇത് മുട്ട ദോശയാടാ. കഴി." പിന്നെ അനന്തൻ എല്ലാവരും കേൾക്കെ വിളിച്ചു കൂവും.

"ടേയ്.. എനിക്കൊരോംലറ്റും പട്ടർക്കൊരു മുട്ടദോശേം."

പക്ഷേ, ഇപ്പോൾ ഒരു ദോശയും വേണ്ട. ഒന്നിലും രുചി തോന്നുന്നില്ല. ഒന്നുറങ്ങിയാൽ അല്പം ശാന്തി കിട്ടുമായിരുന്നു.

ഉറക്കം കിട്ടാനായി അയാൾ തിരിഞ്ഞും മറിഞ്ഞും കിടന്നു. ബെഡ്റൂം ലാമ്പിന്റെ വെളിച്ചത്തിൽ ഏതോ ചപ്പുചിപ്പുകളെപ്പറ്റി ഗവേഷണം നടത്തുന്ന കമല അയാളെ തുറിച്ചുനോക്കി.

രാജു ഉറക്കം കിട്ടാതെ തിരിഞ്ഞും മറിഞ്ഞും കിടന്നു.

അമ്മയും ഉറക്കം കിട്ടാതെ ബർത്തിൽ കിടന്നുരുണ്ടു.

ആരോ വിങ്ങിക്കരയുന്നതുകേട്ട് ഞെട്ടിയുണർന്നു. ആര്? ആരാണ് കരയുന്നത്?

കരച്ചിലിനിടയിൽ അമ്മ പിറുപിറുക്കുന്നുണ്ടായിരുന്നു.

"പാവം രാജു... പാവം കൊളന്തൈ?"

ഉറങ്ങാതെ കാത്തിരിക്കുന്ന ഒരാൾ

എന്റെ വാടകമുറിയിൽ ഞാൻ തനിച്ചായിരുന്നു. ബീഡിയിലകൾ കെട്ടുകെട്ടായി കൊണ്ടിടുന്ന ഒരു ഗോഡൗണിന്റെ സൈഡ് റൂമായിരുന്നു എന്റെ വാടകമുറി. എന്റെ ഏകാന്തതയ്ക്ക് ഇടയ്ക്കിടെ തടസ്സമുണ്ടാക്കി ക്കൊണ്ട് മൂലയോടുകൾക്കിടയിലൂടെ എലികൾ ബഹളം വച്ചോടുമായി രുന്നു. അപൂർവ്വമായി എലികളെ പിടികൂടാൻ വരുന്ന ഒരു ചേര മലർന്നു കിടന്നു മനോരാജ്യം കാണുന്ന എന്റെ കണ്ണുകളിൽ ഭീതിയുടെ മിന്നൽപോലെ പ്രത്യക്ഷപ്പെടാറുണ്ടായിരുന്നു.

അങ്ങനെയിരിക്കെയാണ് ഞാനീ മുറിയിൽ തനിച്ചല്ലെന്ന ബോധം എനിക്കുണ്ടായത്. ഇതുവരെ ഞാനത് മനഃപൂർവ്വം ശ്രദ്ധിക്കാതിരുന്നതാ ണെന്നു തോന്നുന്നു. ഒരു നീണ്ട തലമുടിനാരോ മഞ്ഞനിറമായി മാറിയ ഒന്നുരണ്ട് മുല്ലപ്പൂവിതളുകളോ കുപ്പിവളയുടെ തിളങ്ങുന്ന അഞ്ചാറു പൊട്ടു കളോ മാസത്തിലൊരിക്കൽ മുറിയടിച്ചുവാരുന്ന എന്റെ കണ്ണിൽപ്പെടാറു ണ്ടെങ്കിലും ഞാനതൊരിക്കലും ഗൗരവമായെടുത്തിരുന്നില്ല.

അന്നൊരു ദിവസം-

അന്നൊരു ദിവസം രാത്രി ഞാനൊരുപാട് വൈകിയിരുന്നു. അല്പം കള്ളുകുടിച്ചിട്ടുണ്ടായിരുന്നുവെന്ന് എളിയ വിനയഭാവത്തോടെ ഞാനി വിടെ കുറിക്കട്ടെ. കള്ളെന്നുപറഞ്ഞാൽ മരനീരല്ല. ഫോറിൻ കള്ള്. ഡിമ്പിൾ സ്കോച്ച്. എന്റെ ചങ്ങാതി സ്നേഹത്തോടെ, പൂർണ്ണമനസ്സോടെ ഒഴിച്ചൊഴിച്ചുതന്ന ഡിമ്പിൾവിസ്കി. പിശുക്കനായിട്ടും അവനെനിക്ക് മതി യാവോളം മദ്യം പകർന്നുതന്നു. ഒരണ കടംചോദിച്ചാൽ തരാത്ത ആ പഹയൻ വല്ലപ്പോഴും വിളിച്ചുതരുന്ന വിസ്കിയും ബ്രാണ്ടിയും ഞാൻ മൂക്കുമുട്ടെ കഴിക്കാറുണ്ട്. സ്വർഗ്ഗരാജ്യത്തിൽ അവനായി നീക്കിവച്ച ദാന ധർമ്മാദികളുടെ കടലാസുകളിൽ വല്ലപ്പോഴും നാലു വരിയെങ്കിലും കുറി

ച്ചിടപ്പെടട്ടെ.

നല്ല നിലാവ്. ഇടയ്ക്കിടെ ഒളിച്ചുകളിക്കുന്ന ചന്ദ്രൻ. ലൈറ്റ് ആന്റ് ഷെയ്ഡ് ചിത്രംപോലെ മരങ്ങളുടെ ചില്ലകളിൽ വെളിച്ചവും ഇരുട്ടും ഇണ ചേർന്നു കിടക്കുന്നു. ഒരു പാട്ടിന്റെ വരികൾ മനസ്സിൽ മൂളിക്കൊണ്ട് ഞാനെന്റെ വാടകമുറിയിലേക്ക് നടക്കുകയായിരുന്നു.

നഗരത്തിലെ കുറുക്കന്മാരിലൊരുവൻ എന്റെ മുന്നിലൂടെ നിരത്തു മുറിച്ചോടി. അല്പനേരത്തിനുള്ളിൽ അവനേതോ കലുങ്കിനുമുകളിൽ കയ റിനിന്ന് ചന്ദ്രനെനോക്കി ശകാരിക്കുന്നതിന്റെ ശബ്ദം ഞാൻ കേട്ടു. അപ്പോഴും ചന്ദ്രൻ ഒളിച്ചുകളിക്കുകയായിരുന്നു.

ഗോഡൗണിന്റെ മുന്നിൽ ആരുമുണ്ടായിരുന്നില്ല. കാത്തു സൂക്ഷി ക്കാൻ മാത്രം വിലയേറിയ വസ്തുക്കളൊന്നും അതിനകത്തില്ലാത്തതു കൊണ്ട് ഒരു ഗൂർഖയെ നിയമിച്ചിട്ടുമില്ല. വല്ലപ്പോഴും ഞാനിവിടെയുണ്ടാ വുന്നത് ഒരു കാവലും കൂടിയാകുമല്ലോ എന്നു കരുതിയാവണം കേവലം മുപ്പതു രൂപയ്ക്ക് എനിക്കീ മുറി വാടകയ്ക്കു തന്നിരിക്കുന്നത്.

വാതിലിലെ പൂട്ടിൽ ഞാൻ കൈവച്ചു. കീശയിൽ നിന്ന് താക്കോൽ തപ്പിയെടുത്ത് പൂട്ടിൽ തിരുകിനോക്കി. താക്കോൽ മാറിപ്പോയതുപോലെ, താക്കോൽ തിരിച്ചും മറിച്ചും പിടിച്ച് പൂട്ടിൽ കുത്തിനോക്കി. ഒടുവിൽ ഒരു ഭാഗ്യനിമിഷത്തിൽ താക്കോൽ പൂട്ടിൽ കയറിക്കൂടി. വലിയൊരു ശബ്ദ ത്തോടെ ഓടാമ്പൽ വലിച്ചുമാറ്റി. അകത്തെ ഇരുട്ടിൽ സ്വിച്ചിനുവേണ്ടി എന്റെ കൈ ചുമരിലേക്ക് നീണ്ടു. ഇല്ല. സ്വിച്ചവിടെയില്ല. എന്റെ വിരലു കൾ ചുമരിൽ തപ്പിക്കൊണ്ടേയിരുന്നു. എന്നാൽ സ്വിച്ചിൽ കൈവയ്ക്കാൻ എനിക്ക് കഴിഞ്ഞതേയില്ല.

പെട്ടെന്ന് ആരുടെയോ കൈയിൽ തൊട്ടതുപോലെ തോന്നി. അതെ. തണുത്തു മിനുസമായ ഒരുകൈ. ശരീരത്തിൽ പെട്ടെന്ന് വൈദ്യുതി പാഞ്ഞുകയറിയതുപോലെ ഞാനൊന്നു വിറച്ചു. പിന്നെ ധൈര്യം സംഭ രിച്ച് വീണ്ടും കൈനീട്ടി. അതെ, വിരലുകൾ... കിലുങ്ങുന്ന കുപ്പിവളകൾ. കൈപ്പത്തിയിൽനിന്ന് മേലോട്ട് ഞാൻ തപ്പിനോക്കി. കൊഴുത്തുരുണ്ട മാംസളമായ ഒരു കൈ. പക്ഷേ, വസ്ത്രത്തിന്റെ അറ്റമൊന്നും എന്റെ കൈയിൽ തടഞ്ഞില്ല. കൈയുടെ അവസാനത്തിൽ തണുത്ത മുടിയിഴ കളിൽ എന്റെ കൈ ചെന്നുനിന്നു. മുടിയിഴകൾ നീണ്ടുകിടക്കുന്നു. ഒരു സ്ത്രീ! ഞാൻ വീണ്ടും ഞെട്ടി. പുറത്തേക്കു കുതിക്കാൻ വെമ്പൽ കൊണ്ട ഞാൻ ഒരു ഗാഢാലിംഗനത്തിലമർന്നു, അവളുടെ മാറിടം എന്റെ ശരീര ത്തിലാഴ്ന്നു കയറി. അവളുടെ ഈറൻ മുടിച്ചുരുളുകൾ എന്റെ കഴു ത്തിനെ മൂടി. മാദകമായ എന്തോ ഒരു ഗന്ധം എന്നെ വരിഞ്ഞുമുറുക്കി. ഒരു നിമിഷം! അവളുടെ ശരീരത്തിൽ വസ്ത്രങ്ങളൊന്നുമില്ലെന്ന് ഞാന റിഞ്ഞു.

ഞാനപ്പോൾ ചുമരിൽ ചാരി നില്ക്കുകയാണ്. അവൾ തല്ക്കാലം എന്റെ മേലുള്ള പിടിവിട്ടിരിക്കുകയാണ്. ഞാനുടൻ ചുമരിൽ തപ്പി. കൈ തടഞ്ഞത് സ്വിച്ചിൽത്തന്നെയാണ്. ലൈറ്റിട്ടു. പക്ഷേ, മുറിയിൽ ആരുമു

ണ്ടായിരുന്നില്ല. എന്റെ മാറിടം നനഞ്ഞുകിടക്കുന്നു, കഴുത്തിലും നേർത്ത നനവ്. മുറിയിലാകമാനം മാദകമായ ഗന്ധം.

അപ്പോൾ മാത്രമാണ് ഞാൻ യാഥാർത്ഥ്യത്തിന്റെ വെളിച്ചത്തിൽ വന്നുവീഴുന്നത്. അവൾ മനുഷ്യജീവിയല്ല. യക്ഷിയായിരിക്കുമോ? അല്ലെങ്കിൽ അടച്ചിട്ട മുറിയിൽ അവളെങ്ങനെ വന്നു? അതും നഗ്നയായി? ഞാൻ മുറിയുടെ മുക്കും മൂലയും പരിശോധിച്ചു. ഇല്ല. ഒരാൾ കടന്നുവന്നതിന്റെ യാതൊരു രേഖയും അവശേഷിക്കുന്നില്ല.

ഇരുപത്തൊന്നാം നൂറ്റാണ്ടിന്റെ പടിപ്പുരയിൽ ചെന്നു നില്ക്കുന്ന നിങ്ങളുടെ മുഖത്തെ പരിഹാസച്ചിരി ഞാൻ കാണുന്നു. കള്ളുകുടിച്ചതിനാൽ എനിക്കുണ്ടായ ഇല്യൂഷൻ, അല്ലേ? എങ്കിൽ കള്ളുകുടിച്ച രാത്രികളിലെല്ലാം എനിക്കങ്ങനെ തോന്നണ്ടേ?

പക്ഷേ, എന്റെ സംശയം അതായിരുന്നില്ല. യക്ഷിയായിരുന്നെങ്കിൽ അവളെന്റെ ചോര കുടിക്കേണ്ടതായിരുന്നില്ലേ? എന്റെ ചുണ്ടുകളിൽ നിമിഷങ്ങളോളം അവളുടെ ചുണ്ടുകൾ ചേർന്നമർന്നിട്ടും ഒരിറ്റു രക്തം പോലും പൊടിഞ്ഞില്ലല്ലോ.

പിന്നീടുള്ള രാത്രികളിലെല്ലാം ഞാനവളെ പ്രതീക്ഷിച്ചിരുന്നു. കള്ളു കുടിച്ചും കുടിക്കാതെയും നേരംതെറ്റിയ നേരങ്ങളിൽ ഞാൻ മുറിയിലേക്ക് കയറിച്ചെന്നു. സ്വിച്ചിലേക്കു കൈനീട്ടാതെ ഒരാലിംഗനത്തിനുവേണ്ടി ഞാൻ കാത്തിരുന്നു. പക്ഷേ, മുറിക്കകത്ത് ആരുമുണ്ടായിരുന്നില്ല. വീണ്ടും എന്റെ ഏകാന്തതയെ ഭഞ്ജിക്കാൻ എലികളുടെ ഓട്ടവും ചുമരിൽ പറ്റി നില്ക്കാറുള്ള ശലഭങ്ങളുടെ ചിറകടിയും മാത്രമായി.

പക്ഷേ, ഒരുദിവസം അവൾ വീണ്ടും വന്നു. ഉറങ്ങിക്കിടന്ന എന്നെ അവൾ പതുക്കെ തട്ടിയുണർത്തി. മുറിയിൽ നിറഞ്ഞുനില്ക്കുന്ന പ്രകാശം. ഞാൻ കണ്ണുതുറന്നപ്പോൾ ചിരിക്കുന്ന മുഖം; തെളിയുന്ന നുണക്കുഴികൾ; മോണയിൽ നിന്നല്പം വിട്ടുനില്ക്കുന്ന ഒരു പല്ലിൽ നിറഞ്ഞു നില്ക്കുന്ന കൗതുകം.

അവൾ വസ്ത്രങ്ങളണിഞ്ഞിരുന്നു. ഇളം മഞ്ഞ നിറത്തിലുള്ള ബ്ലൗസ്. അറ്റത്ത് കസവുകരയുള്ള മുണ്ട്. കഴുത്തിൽ തിളങ്ങുന്ന ഒരു സ്വർണ്ണച്ചെയിൻ. കാതിൽ ഇളകിയാടുന്ന കമ്മൽ. ഞാനെഴുന്നേറ്റിരുന്നു. അവൾ എന്റെ ചുമലിൽ മുഖമമർത്തിക്കൊണ്ട് എന്റെ തൊട്ടടുത്തിരുന്നു. പെട്ടെന്നാണ് എന്റെ ചുമലിൽ നനവനുഭവപ്പെട്ടത്. അവൾ കരയുകയായിരുന്നു. എന്റെ ചുമലിൽ അമർത്തിപ്പിടിച്ചുകൊണ്ട് അവൾ വിങ്ങിവിങ്ങിക്കരഞ്ഞു. എന്തു ചെയ്യണമെന്നറിയാതെ നില്ക്കുന്ന എന്റെ മനസ്സിൽ ഒരായിരം ചോദ്യചിഹ്നങ്ങൾ ജാഥയായി കടന്നുപോയി. ഞാനവളുടെ മുഖം പിടിച്ചുയർത്തി. തടംകെട്ടിനിന്ന കണ്ണുനീർ കവിളിലൂടെ ഒഴുകിയിറങ്ങുന്നു. കണ്ണുകൾ ചുവന്നു കലങ്ങിയിട്ടുണ്ട്.

പെട്ടെന്നാണ് ലൈറ്റണഞ്ഞത്. കറന്റുപോയതാണോ? അതോ കഴിഞ്ഞതെല്ലാം തോന്നലായിരുന്നോ? ഞാൻ സ്വിച്ചിൽ വിരൽ വച്ചു. അത് ഓൺചെയ്ത നിലയിൽത്തന്നെയായിരുന്നു. വരാന്തയിലെ ട്യൂബിന്റെ

സ്വിച്ചിട്ടുനോക്കി. പക്ഷേ, അതും കത്തുന്നില്ല. ജനലിലൂടെ നോക്കിയപ്പോൾ തെരുവുവിളക്കുകളും അണഞ്ഞിരിക്കുന്നതായി കണ്ടു.

ഞാൻ തീപ്പെട്ടിയുരച്ച് മെഴുകുതിരി കത്തിച്ചു. മുറിക്കകത്ത് അവളില്ലായിരുന്നു. എന്റെ കിടക്കയുടെ മദ്ധ്യഭാഗത്ത് കണ്ണീരു വീണു നനഞ്ഞ പാടുമാത്രം ബാക്കിയുണ്ട്.

കുറേദിവസം അവളെന്നെ തിരിഞ്ഞുനോക്കിയില്ല. പിന്നീടൊരു ദിവസം അതിരാവിലെ കണ്ണുതിരുമ്മിയെണീറ്റ ഞാൻ മഞ്ഞിന്റെ വെളിയടകൾ മാടിയൊതുക്കി ഗോഡൗണിന്റെ മുന്നിലൂടെ അവൾ നടന്നുപോകുന്നതു കണ്ടു. ഒരു നിമിഷം അവളെന്നെ തിരിഞ്ഞുനോക്കി. അല്പം ഉന്തിനില്ക്കുന്ന ആ ഒരു പല്ല് മുത്തുമണിപോലെ തിളങ്ങുന്നത് ഞാൻ കണ്ടു. രാത്രികളിൽ ഒരു ഗന്ധമായും മറ്റുചിലപ്പോൾ നേരിയ നാദമായും എന്റെ കട്ടിലിനു ചുറ്റും അവൾ നിറഞ്ഞു നിന്നു. ഒരുദിവസം കിടക്കയിൽ മലർന്നുകിടന്നു നോക്കിയപ്പോൾ ചുമരിൽ മോണാലിസയെപ്പോലെ പുഞ്ചിരിച്ചുകൊണ്ട് അവളൊരു ചിത്രമായിതൂങ്ങിക്കിടക്കുന്നത് കണ്ടു.

എന്റെ മുറി അവളാണ് വൃത്തിയാക്കിയിരുന്നത്. സിഗരറ്റു കുറ്റികളും തീപ്പെട്ടിക്കൊള്ളികളുംകൊണ്ട് നിറഞ്ഞ മുറി പുലരുമ്പോഴേക്കും വൃത്തിയായിക്കിടക്കും. മാറാലകൾ തൂക്കിയിടാൻ കഴിയാഞ്ഞ് ചിലന്തികളെല്ലാം ഗോഡൗണിലേക്ക് താമസം മാറ്റി. ആയിടെ എന്റെ പഴയ തോൽച്ചെരുപ്പിന് തിളക്കംവച്ചതായികണ്ടു. മുണ്ടിലും ഷർട്ടിലും അഴുക്കു കുറഞ്ഞിരിക്കുന്നു. ചൂടുവെള്ളത്തിൽമാത്രം വസ്ത്രം കഴുകുന്ന സ്മിതാമേനോൻ പോലും എന്റെ സെൽഫ് വാഷിങ് സിസ്റ്റത്തെ പുകഴ്ത്തി.

എന്റെ ഏകാന്തത നഷ്ടപ്പെട്ടതിലുള്ള സന്തോഷാധിക്യം കൊണ്ടാവണം ഞാനെന്റെ ഒരുറ്റ സുഹൃത്തിനോടുമാത്രം ഇക്കാര്യമെല്ലാം പറഞ്ഞു. എന്നാൽ ഇക്കാലത്ത് ആരെയും രഹസ്യം സൂക്ഷിക്കാനേല്പിക്കരുതെന്ന് ഞാനിപ്പോഴാണറിയുന്നത്. അവനതാരോടൊക്കെയോ പാടിനടന്നു.

അങ്ങനെയാണ് യുക്തിവാസു ഒരുദിവസം എന്റെ മുറിയുടെ വാതിലിൽവന്നു മുട്ടിവിളിച്ചത്. വാതിൽ തുറന്നപ്പോൾ ഊശാന്താടിയും മുള്ളുപോലെ ഉയർന്നുനില്ക്കുന്ന മുടിയും ഗൗരവം വിടാത്ത നോട്ടവുമായി നില്ക്കുന്ന ഒരു കള്ളനെയാണ് കണ്ടത്. എനിക്കാദ്യം ആളെ പിടികിട്ടിയില്ല. അകത്തു കയറിയപാടെ അയാൾ മുറിയുടെ എല്ലാഭാഗത്തും കണ്ണോടിച്ചു. ജനലഴികൾ പിടിച്ചു കുലുക്കിനോക്കി. മുകളിലത്തെ ഓടുകൾ സൂക്ഷ്മമായി എണ്ണിക്കൊണ്ടിരുന്നു. വാതിൽ വലിച്ചു തുറക്കുകയും അടയ്ക്കുകയും ചെയ്തു. അപ്പോഴും ഒന്നുമറിയാൻ കഴിയാതെ ഞാൻ മിഴിച്ചു നില്ക്കുകയായിരുന്നു.

എന്റെ നില്പുകണ്ട് അയാൾ അസ്ഡാളിച്ചു. പിന്നെ പതുക്കെ ചിരിച്ചു. "ഓ, എന്നെ മനസ്സിലായില്ല. അല്ലേ? ഞാൻ വാസുവാണ്. ജയദേവന്റെ കൊലീഗ്." അപ്പോഴാണ് ഞാനയാളെ തിരിച്ചറിഞ്ഞത്. ഒരു തീവണ്ടിയാത്രയിൽ ഈ മനുഷ്യനെ ഞാൻ പരിചയപ്പെട്ടിരുന്നു. അന്നും ജയദേ

വന്റെ പേരിലൂടെയാണ് ഞങ്ങൾ പരസ്പരം ബന്ധപ്പെട്ടത്. “ഇരിക്കൂ” ഞാൻ പറഞ്ഞു.

അയാളെ ജയദേവൻ എന്തൊക്കെയോ പറഞ്ഞു ധരിപ്പിച്ചതായും എന്റെ മുറിയിലെ പ്രേതബാധയകറ്റുകയാണ് ഈ വരവിന്റെ ലക്ഷ്യമെന്നും അയാളുടെ സംസാരത്തിൽനിന്നു വ്യക്തമായി. അയാൾ ഒന്നും മിണ്ടാതെ കുറേനേരം എന്നെ സൂക്ഷിച്ചു നോക്കി. എന്തൊക്കെയോ ചില ചോദ്യങ്ങൾ ചോദിച്ചു. എന്റെ വീട്ടിനെക്കുറിച്ചും മരിച്ചുപോയ അച്ഛനമ്മമാരെക്കുറിച്ചും യു പി സ്കൂൾ മുതലുള്ള കാമുകിമാരെക്കുറിച്ചുമൊക്കെയായിരുന്നു ചോദ്യങ്ങൾ.

പെട്ടെന്നയാൾ എന്റെ മുന്നിൽ വന്നിരുന്ന് എന്റെ കണ്ണുകളിലേക്ക് തറപ്പിച്ചുനോക്കി. എന്തോ ശക്തിയായ ഭാഷയിൽ ഗർജ്ജിച്ചു. എനിക്കു ചുറ്റും ഇരുട്ടു നിറയുന്നതായും വാസുവിന്റെ കണ്ണുകൾ കത്തിത്തിളങ്ങുന്നതായും എനിക്കു തോന്നി. വാസു എന്റെ കൈയിൽ പിടിച്ച് കട്ടിലിനടുത്തേക്കു നീങ്ങി.

ഞാനുണർന്നു നോക്കുമ്പോൾ വാസു കസേരയിലിരുന്ന് മറ്റൊരു കസേരയിൽ കാലു കയറ്റിവച്ച് സിഗരറ്റു വലിച്ചൂതുകയാണ്. കട്ടിലിൽ കിടക്കുകയായിരുന്ന ഞാൻ ചാടിയെണീറ്റു. വാസു എന്നെ നോക്കി ചിരിച്ചു. അയാൾ പറഞ്ഞു. “ഇനി യക്ഷിയുടെ വരവുണ്ടാവുകയില്ല. ഞാനവളെ ഇതാ ഈ തീപ്പെട്ടിയിൽ ആവാഹിച്ചിരിക്കുന്നു.” താക്കോൽക്കൂട്ടത്തിന്റെ ചിത്രമുള്ള ഒരുതീപ്പെട്ടിയും ഉയർത്തിപ്പിടിച്ചുകൊണ്ട് അയാൾ വാതിലിനടുത്തേക്ക് നടന്നു. എനിക്കെന്തെങ്കിലും പറയാൻ കഴിയുംമുമ്പ് അയാൾ നടന്നകന്നിരുന്നു.

ശരിയാണ്. പിന്നെ അവൾ വന്നില്ല. ഒന്നു രണ്ടുമാസം ഞാനവളെ പ്രതീക്ഷിച്ചു. അതെ, വാസുവിന്റെ തന്ത്രങ്ങൾ ഫലിച്ചിരിക്കുന്നു. അയാളുടെ തീപ്പെട്ടിക്കുള്ളിൽക്കിടന്ന് അവൾ വീർപ്പുമുട്ടുന്നുണ്ടാവും.

പക്ഷേ, എനിക്കവളൊരാശ്വാസമായിരുന്നു. ഒന്നുരിയാടാനെങ്കിലും ഒരാൾ അടുത്തുണ്ടാവുന്നത് നല്ലതായിരുന്നു. ഒരാൾ വരാനുണ്ടെന്ന പ്രതീക്ഷയോടെ കിടന്നുറങ്ങാമായിരുന്നു. എന്റെ കൈയിൽ അവളുടെ ഒരു ചിത്രംപോലും അവശേഷിച്ചിരുന്നില്ല. വെള്ളക്കടലാസിൽ വരയ്ക്കാൻ ശ്രമിച്ച ചിത്രങ്ങൾക്കൊന്നും മനുഷ്യരൂപം പോലും വരുത്താൻ കലാബോധമില്ലാത്ത എനിക്കു കഴിഞ്ഞില്ല.

അതിനുശേഷം ഒരൊറ്റ രാത്രിയും ഞാൻ സുഖമായുറങ്ങിയില്ല. തട്ടിൻപുറത്തെ എലികൾ ഈയിടെയായി എപ്പോഴും ഓടുകയാണ്. ചേരയുടെ സന്ദർശനത്തിന്റെ ഇടവേളകൾ ചുരുങ്ങിച്ചുരുങ്ങി വരുന്നു. ചുമരിൽ നിറയെ വന്നിരിക്കാറുള്ള പാറ്റകളെ പല്ലികൾ തിന്നുതീർക്കുന്നു. ചിലന്തികൾ രാത്രിയും പകലുമെന്നില്ലാതെ കൂടുവയ്ക്കാൻ വേണ്ടി നൂലിൽ തലങ്ങും വിലങ്ങും തൂങ്ങിയാടുന്നു. എന്റെ സ്വസ്ഥതപോലും എന്നിൽനിന്നും നഷ്ടമായിരിക്കുന്നു.

ഇന്ന് ഞാൻ വാസുവിനെ കണ്ടുമുട്ടി. ഗതാഗതം കുറഞ്ഞ ചെമ്മൺ

നിരത്തിലൂടെ നടന്നുവരുമ്പോൾ എവിടെനിന്നോ വാസു മുന്നിലെത്തി. ഊശാന്താടിക്കിടയിൽ പരിഹാസച്ചിരിയുമായി അയാളെന്റെ തോളിൽ കൈവച്ചു. "ഇപ്പോൾ യക്ഷിയും പക്ഷിയുമൊന്നുമില്ലല്ലോ." അയാൾ പൊട്ടിച്ചിരിച്ചുകൊണ്ടു ചോദിച്ചു. എനിക്കു കലി കയറിയത് പെട്ടെന്നായിരുന്നു. തൊട്ടടുത്തു കിടന്ന ഒരു കല്ലെടുത്ത് ഞാൻ വാസുവിന്റെ തലയ്ക്കു നോക്കി ഒരിടികൊടുത്തു. താഴെ വീണ വാസുവിന് എന്തു സംഭവിച്ചുവെന്നറിയാൻ മെനക്കെടാതെ ഞാൻ ഓടി. ഓടിയോടി എന്റെ ഗോഡൗണിന്റെ മൂലയിൽ വന്നുപറ്റി. വാതിലിൽ പിടിച്ചുനിന്ന് ഞാൻ കിതപ്പു തീർക്കാൻ തുടങ്ങി.

അപ്പോഴാണ് ഞാനതു ശ്രദ്ധിച്ചത്. വാതിൽപ്പഴുതിലൂടെ മുറിയിൽ നിന്നുള്ള വെളിച്ചം പുറത്തേക്കൊഴുകി വരുന്നു. മുറിക്കകത്തുനിന്നും മുല്ലപ്പൂവിന്റെ പരിമളം എന്റെ മൂക്കിലേക്ക് കുതിച്ചുകയറി. പാദസരങ്ങളുടെ സംഗീതം എന്റെ കാതുകളെ സജീവമാക്കി.

കുചേലന്റെ കുട്ടികൾ

ഒന്ന്

അച്ഛന്റെ കൈപിടിച്ചാണ് ഞാൻ സ്കൂളിലേക്കു കടന്നുചെന്നത്. ചതുരൻ വാച്ചുകെട്ടിയ കൈത്തണ്ടയിൽ പിടിച്ചുതൂങ്ങി പാടവരമ്പുകളിലെ കണ്ടൂറായികൾ കടന്നുചാടി കട്ടച്ചേരിക്കുന്നും കയറിമറിഞ്ഞ് വിയർത്തു കുളിച്ചാണ് ഞങ്ങൾ സ്കൂളിലെത്തിയിരുന്നത്. അച്ഛനവിടെ മലയാളം മാഷായിരുന്നു. മുളന്തട്ടികൾകൊണ്ട് വേർതിരിച്ച ഷെഡ്ഡുകൾക്കു മുന്നിലൂടെ അച്ഛനെന്നെ നടത്തി. ഷെഡ്ഡുകളുടെ ദ്വാരങ്ങളിലൂടെ തുറിച്ച കണ്ണുകൾ എന്നെത്തന്നെ നോക്കിക്കൊണ്ടിരുന്നു. എനിക്കെന്തോ പേടിതോന്നി. അച്ഛന്റെ കൈയിൽ ഒന്നുകൂടി മുറുക്കിപ്പിടിച്ചു... അവസാനം അഞ്ചാം ക്ലാസിലെ മമ്മദുമാഷുടെ മുന്നിലേക്ക് എന്നെ തുറന്നുവിട്ടു.

ഹൈസ്കൂളിൽ ഞാനൊരിക്കലും വികൃതിയായിരുന്നില്ല. സ്വന്തം മാതാപിതാക്കൾ പഠിപ്പിക്കുന്ന സ്കൂളിൽ പഠിക്കേണ്ടി വരുന്ന എല്ലാ പിള്ളാരേയും പോലെ ഞാനും അച്ചടക്കം പാലിച്ചുകൊണ്ട് ജീവിച്ചു.

അച്ഛനെ കുട്ടികൾ വിളിച്ചിരുന്നത് കുചേലനെന്നായിരുന്നു. നിറം മങ്ങി, ഓട്ടവീണ കുടയും കരിമ്പനടിച്ചു തുടങ്ങിയ ഷർട്ടും കക്ഷത്തിലെ മുഖ്യമായ പുസ്തകവുമെല്ലാം കണ്ടപ്പോൾ ഒരു വിദ്വാന് അച്ഛനെ കുചേലനെന്നു വിളിക്കാൻ തോന്നി. എമകണ്ടൻ, കമ്പളത്തലയൻ, മംഗുർണി തുടങ്ങിയ പേരുകൾ വഹിക്കുന്ന അദ്ധ്യാപകരുടെയിടയിൽ കുചേലൻ എന്ന പേര് അത്ര മോശമായിരിക്കാനിടയില്ല. ഒരു ഡോക്ടറുടെ മകനായിരുന്നു അച്ഛനാ പേരിട്ടത്. അന്ന് നാട്ടിലാകെ ഒരു ഡോക്ടറേ ഉണ്ടായിരുന്നുള്ളൂ. അതിന്റെ മുഴുവൻ പ്രൗഢിയും കാണിച്ചുകൊണ്ട് നടക്കു

കയായിരുന്നു, അയാളുടെ മകൻ. അച്ഛന്റെ പിന്നിൽക്കൂടി വന്ന് കുചേലനെന്നു വിളിച്ച് ഓടാൻ തുടങ്ങിയ ആ വിദ്വാന്റെ ചെവിയിൽ പിടികൂടി അച്ഛൻ സ്റ്റാഫ്റൂമിലേക്ക് കൊണ്ടുവന്നു. മലയാളം മാഷുടെ കൈത്തരിപ്പ് സ്കൂളിൽ പ്രസിദ്ധമായിരുന്നു. പയ്യൻ വിയർത്തു. പക്ഷേ, അച്ഛൻ അവനെ നോക്കി പുഞ്ചിരിക്കുകയാണ് ചെയ്തത്. അവന്റെ പുറത്തു തട്ടിക്കൊണ്ട് പറഞ്ഞു: "ഞാൻ പഠിപ്പിച്ച ഒരു കാര്യമെങ്കിലും നിനക്കു മനസ്സിലായല്ലോടാ നന്നായി."

ആ പൊങ്ങച്ചക്കാരൻ പയ്യനെ വർഷങ്ങൾക്കുശേഷം അച്ഛൻ തെരുവിൽ കണ്ടുമുട്ടി. ഷർട്ടിൽ ഛർദ്ദിയുടെ അവശിഷ്ടങ്ങളും കണ്ണിൽ ആലസ്യത്തിന്റെ പഴുപ്പും പേറി ആടിയാടിവരുന്ന രൂപത്തെ അച്ഛൻ തിരിച്ചറിഞ്ഞു. അവൻ 'നമസ്കാരം മാഷേ... ഒരു ടുറുപ്പീസ് ഇഡ്ക്കാൻണ്ടാ' എന്നു ചോദിച്ചപ്പോൾ അച്ഛൻ പോക്കറ്റിൽ കൈയിട്ടു. കറൻസികൾക്കിടയിൽനിന്ന് ഒരൊറ്റ രൂപാ നോട്ടെടുത്തുകൊടുത്തു. അച്ഛന്റെ കണ്ണിൽ വെള്ളം നിറയുന്നത് കസേരക്കൈയിലിരുന്ന ഞാൻ മാത്രമേ കണ്ടുള്ളൂ.

ടിഫിൻ കാരിയറിൽ വേലക്കാർ കൊണ്ടുവരുന്ന ചോറുണ്ണാൻ ഡൈനിങ് ഹാളിലേക്കു പോകുന്ന കുട്ടികൾക്കും മദീനയിലെ പൊറോട്ടയും പോത്തിറച്ചിയുമടിക്കാനോടുന്ന കൂട്ടുകാർക്കുമിടയിലൂടെ ഞാൻ കാന്റീനിലേക്ക് ചെല്ലും. കാന്റീനിൽ ഇരുപത്തഞ്ചു പൈസയ്ക്കു ചോറു കിട്ടും. അക്കൗണ്ടുകാരനായ എനിക്ക് ടോക്കൺ കിട്ടാൻ ഒരുപാടുനേരം കൗണ്ടറിൽ കാത്തുനില്ക്കണമായിരുന്നു. എനിക്കാദ്യമായി പക തോന്നിയത് കാന്റീൻ മാനേജരോടും കറിവിളമ്പുന്ന കൃഷ്ണനോടുമായിരുന്നു. പെൺകുട്ടികളുടെ മുമ്പിൽച്ചെന്ന് ഇളിഞ്ഞുനില്ക്കുന്ന കൃഷ്ണനെ വിളിച്ചു വിളിച്ച് ഞങ്ങൾക്കു പുണ്യം കിട്ടിയിട്ടുണ്ടായിരിക്കണം.

അനാദിപ്പീടികയിലും അച്ഛൻ അക്കൗണ്ടുകാരനായിരുന്നു. അക്കൗണ്ടു പുസ്തകത്തിൽ അമ്മയെഴുതിത്തരുന്ന ലിസ്റ്റുമായി എത്ര നേരം നിന്നാലും ഒടുവിലേ സാധനം കിട്ടിയിരുന്നുള്ളൂ. തിരക്കു കൂട്ടിയാൽ സാധനം പൊതിയുന്ന കാക്ക കണ്ണുരുട്ടും. "പൈശേം കൊണ്ട് വന്നോല്ക്ക് കൊടുക്കണ്ടേ കുട്ടീ?" എന്നൊരു ചോദ്യവും. അക്കൗണ്ടു ബുക്കിൽ വിലയെഴുതുന്ന മാപ്ല ശത്രുവിനെ നോക്കുന്നതുപോലെ എന്നെ ഒന്നു നോക്കും. പിന്നെ ഒരുറുപ്പിക മുപ്പതുപൈസയുടെ അരിക്ക് ഒന്നേ നാല്പതെന്ന തോതിൽ കണക്കു കൂട്ടിയെഴുതും. ഞാൻ നോക്കുന്നില്ലെന്നു കണ്ടാൽ രൊക്കം ഉറുപ്പിക രണ്ട് എന്നെഴുതി പുസ്തകം തിരിച്ചുതരും. കണക്കുനോക്കുന്ന അച്ഛന് കാര്യം മനസ്സിലാകും. പിറ്റേന്ന് എന്നേയുംകൂട്ടി മാപ്ലയുടെ അടുത്തുചെന്നു തിരുത്തും. "ഓ പൈശ മാങ്ങീറ്റീല്ലേ" അയാൾ വളിച്ച ഒരു ചിരി ചിരിക്കും.

ഒന്നാം തീയതിയോ രണ്ടാം തീയതിയോ ശമ്പളം കിട്ടിയാൽ അച്ഛനും ഞാനുംകൂടിയാണ് അക്കൗണ്ടുകടയിലെത്തുക. "ഇരിക്കീൻ മാഷേ" മാപ്ല ചിരിക്കുകയായി. ഇരിക്കാനൊന്നുമില്ലാത്ത മേശയ്ക്കു മുമ്പിൽ നിന്നുകൊണ്ട് അച്ഛൻ രൂപയെണ്ണിക്കൊടുക്കും. രൂപ വാങ്ങി

തുപ്പലും കൂട്ടിയെണ്ണിക്കഴിഞ്ഞാൽ മാപ്ല രണ്ടുപേരെയും നോക്കിപ്പറയും: "രണ്ടാക്കും ചായ വെർത്തട്ടെ" എല്ലാ മാസവും അച്ഛൻ പറയും: "വേണ്ട ഇപ്പോ കുടിച്ചതാ..."

സ്കൂളിലെല്ലാവരും അച്ഛനോടുള്ള ദേഷ്യം തീർത്തിരുന്നത് എന്റെ നേരെയായിരുന്നു. പദ്യം പഠിക്കാത്തതിന് പത്തുവട്ടമെഴുതിക്കൊണ്ടു വരേണ്ടിവന്നവൻ എന്റെ തലയ്ക്കിട്ടുകൊട്ടും. മലയാളം പരീക്ഷയിൽ മാർക്കു കുറഞ്ഞവൻ ഉത്തരക്കടലാസുകാട്ടിച്ചോദിക്കും: "നിയ്യോ നിന്റമ്മയോ നോക്കിയത്?" എന്തും രസമെന്നുകരുതുന്ന പിള്ളേർ എന്റെ ചെവിക്കരികിൽ വന്നുറക്കെ വിളിക്കും. 'കുചേലന്റെ കുട്ടീ.'

ഞാനിപ്പോഴുമോർക്കുന്നു. ഒരു സമരകാലം. അച്ഛൻമാത്രം പിക്കറ്റു ചെയ്തുകൊണ്ട് വാതില്ക്കൽ നില്ക്കുകയാണ്. അച്ഛനെ പിടിച്ചു മാറ്റാൻ ചിലർ ഒരുങ്ങുന്നുണ്ട്. അച്ഛൻ മലർന്നുകിടന്നു. അച്ഛനെ ചീത്തവിളിച്ചുകൊണ്ട് ഹെഡ്മാസ്റ്റർ അച്ഛന്റെ നെഞ്ചിനു മുകളിലൂടെ കാലെടുത്തുവച്ചുകൊണ്ട് അകത്തേക്ക് കയറുന്നു. പിന്നാലെ എന്നെ കണക്കു പഠിപ്പിക്കുന്ന മാഷ്, സയൻസ് മാഷ്, ഇംഗ്ലീഷ്കാരൻ.. തൂണിന്റെ മറവിലൂടെ എല്ലാം നോക്കിനിന്ന ഞാൻ പൊട്ടിക്കരഞ്ഞു. പൊലീസുകാർ അച്ഛനെ പിടിച്ചുവലിച്ച് ജീപ്പിലേക്കു കയറ്റുന്നതുകണ്ടപ്പോൾ ഞാൻ പുസ്തകം പോലുമെടുക്കാതെ വീട്ടിലേക്കോടി...

എന്റെ ജോലിസ്ഥലത്തെ തമാശക്കഥകളും പറഞ്ഞ് ഞങ്ങളിരിക്കുകയായിരുന്നു. കസാലയിൽ അച്ഛൻ. നിലത്ത് അമ്മ. വാതിലും പിടിച്ച് അനിയത്തി. ഞാൻ മേശപ്പുറത്തും. സംസാരിച്ചുകൊണ്ടിരുന്ന അച്ഛൻ പെട്ടെന്ന് നിശ്ശബ്ദനായി. അച്ഛന്റെ തലച്ചോറിൽ അഗ്നിഗോളങ്ങൾ പുകഞ്ഞുപൊട്ടി. പൊട്ടിയൊലിച്ച കറുത്ത ലാവ മൂക്കിലൂടെയും വായിലൂടെയും പുറത്തുതെറിച്ചു. അച്ഛൻ കൈകാലിട്ടടിച്ചുകൊണ്ടിരുന്നു... എന്റെ കൈകൾ അച്ഛന്റെ നാഡിയിലമർന്നു. ജീവന്റെ താളം മന്ദഗതിയിലാകുന്നതും പിന്നെ നേർത്തുനേർത്തില്ലാതാവുന്നതും സ്പർശനേന്ദ്രിയങ്ങളറിഞ്ഞു.

രണ്ട്

അടുക്കളയിൽ സ്റ്റൗവിനടുത്തിരുന്ന് ഗോതമ്പുമാവ് കുഴയ്ക്കുന്ന എന്റെ ഭാര്യ എന്നെ വിളിക്കുകയാണ്. ശമ്പളക്കാരോടുള്ള മുഖ്യമന്ത്രിയുടെ വളിച്ച പ്രസ്താവന മുഖ്യവാർത്തയാക്കിയ പത്രം ഒരു മുക്കിലേക്കു വലിച്ചെറിഞ്ഞ് അടുക്കളയിലേക്കു ചെന്നു. പൈപ്പിൽനിന്നു പിടിച്ചുകൊണ്ടുവന്ന വെള്ളം നിറച്ച ബക്കറ്റിൽനിന്ന് കപ്പുകൊണ്ട് വെള്ളം കോരി അമ്മയുടെ തലയിലും ഗോതമ്പുമാവിലും ഒഴിക്കാൻ ശ്രമിക്കുകയാണ് ഇളയ വിദ്വാൻ. "ഇവനെന്യൊന്നങ്ങുപിടിച്ചുകൊണ്ടുപോയാട്ടെ." അവളലറുകയാണ്. ചെക്കനെ സൃഷ്ടിച്ചതിന്റെ പരിപൂർണ്ണ ഉത്തരവാദിയെന്ന നില

യിൽ എന്നെ കുറ്റപ്പെടുത്തിക്കൊണ്ടുള്ള നോട്ടം കണ്ടപ്പോൾ എനിക്കു കലികയറി. ഞാൻ സ്വയം നിയന്ത്രിച്ച് ചെക്കന്റെ ശരീരം ഒറ്റക്കൈകൊണ്ട് തൂക്കിയെടുത്ത് കിടപ്പുമുറിയിലേക്ക് നടന്നു. മൂത്തവൻ ഇപ്പോഴും ഉറങ്ങുകയാണ്. സ്കൂളിൽ പോകേണ്ട ചെക്കന്റെ കിടപ്പുകണ്ടപ്പോൾ എനിക്കു ദേഷ്യം വന്നു. ഇവൻ പഠിച്ചുപാസായി എൻട്രൻസ് എഴുതിയിട്ടുവേണം ഡോക്ടറായി മാറാൻ. ദിവസം നൂറ്റിരുപത് നമ്പറെങ്കിലും ചെലവാകുന്ന പ്രൈവറ്റ് പ്രാക്ടീസുണ്ടായിട്ടുവേണം അകത്തെ മുറിയിൽ മേശപ്പുറത്ത് കാലെടുത്തുവച്ച് ഇംഗ്ലീഷ് പത്രം തുറന്നുനോക്കാൻ. ഇതൊന്നുമറിയാതെയുള്ള ചെക്കന്റെ കിടപ്പ് ഞാനെങ്ങനെ സഹിക്കും? അവനെ ഉരുട്ടിവിളിച്ചു. അവൻ കണ്ണുതുറന്നു നോക്കി. എന്റെ രൗദ്രഭാവം കണ്ട് ചാടിയെഴുന്നേറ്റു. "ഇന്ന് സാറ്റർഡേയല്ലേ.." അവൻ ദൂരെപ്പോയി നിന്നു കെഞ്ചി "കൊറച്ചൂടി ഒറങ്ങിക്കോട്ടെ?" ഞാൻ ഭാവം മാറ്റിയില്ല. "പോയിരുന്നു പഠിക്കെടാ." ശപിച്ചുകൊണ്ടായിരിക്കണം അവൻ ഒന്നിനും രണ്ടിനും മൂന്നിനുമൊക്കെയായി വീട്ടിന്റെ പിന്നിലേക്കു പോയി. ഓഫീസ് ക്ലബ്ബിൽനിന്ന് കടമായി വാങ്ങിക്കൊണ്ടുവന്ന കോമ്പറ്റീഷൻ സക്സസും റീഡേഴ്സും ഡൈജസ്റ്റും മേശപ്പുറത്തു നിരത്തി ഞാൻ ചെക്കന്റെ വരവും കാത്തിരുന്നു. എളിയിലുള്ള പയ്യൻ ഇതെല്ലാം സൂക്ഷിച്ചുനോക്കുകയായിരുന്നു. അവനും എൻട്രൻസ് എഴുതാനുള്ളവനാണ്. എന്നിട്ടുവേണം അഞ്ചുകൊല്ലത്തേക്കെങ്കിലും പൊളിയാത്ത പാലവും കുട്ടികളില്ലാത്ത നേരത്തുമാത്രം വീഴുന്ന ഗവൺമെന്റു സ്കൂൾ കെട്ടിടവും നിർമ്മിക്കുന്ന, വലിയ വീട്ടിലെ പെണ്ണിന് വിലപറയുന്ന എഞ്ചിനീയറാകാൻ.

ഭാര്യക്ക് ജോലിയില്ലാത്തതുകൊണ്ടുതന്നെ എനിക്കൊരു സ്കൂട്ടറുമില്ല. ജോലിയുള്ള പെണ്ണിനെയേ വിവാഹം കഴിക്കാവൂ എന്ന ശേഖരേട്ടന്റെ വാക്കിനെ നിർദ്ദയം വലിച്ചെറിഞ്ഞാണ് പ്രേമവഞ്ചകൻ എന്ന ടൈറ്റിൽ കിട്ടാതിരിക്കാൻവേണ്ടി ഞാനീ ഗ്രാമീണസുന്ദരിയെ വിവാഹം കഴിച്ചത്. ഇവൾക്കാണെങ്കിൽ 'നാട്യപ്രധാനം നഗരം..' എന്ന ഈരടിയുടെ ആശയം വിപുലീകരിക്കലാണ് മുഖ്യജോലി. കൂട്ടലും കിഴിക്കലും ഹരിക്കലും (പെരുക്കലില്ല) കഴിച്ച് മാസാന്ത്യ സമ്പാദ്യം ഒരു കൊച്ചുടിന്നിൽ തുട്ടുകൾ മാത്രമായവശേഷിക്കുന്ന ദശാസന്ധികളിൽ ഗ്രാമത്തിലെ കൊച്ചുവീട്ടുമുറ്റത്ത് ഓല മെടഞ്ഞിരിക്കുകയും ചക്ക, മുരിങ്ങയില, കണ്ടിക്കിഴങ്ങ് തുടങ്ങിയ ഉഭയങ്ങളാൽ സ്വയം പര്യാപ്തമാവുകയും ചെയ്യുന്ന അമ്മയെക്കുറിച്ചോർക്കാൻ കഴിയാറില്ല. അഥവാ ഓർക്കാൻ മാത്രമേ കഴിയാറുള്ളൂ.

പെട്ടെന്ന് അകത്തുനിന്നു വീണ്ടും വിളിയുയർന്നു. ചെക്കനെയും തൂക്കി ഓടിച്ചെന്നു. അവൾ ഒഴിഞ്ഞ രണ്ടുകുപ്പികൾക്കിടയിൽ തലയിൽ കൈവച്ച് കരയാൻ തുടങ്ങുന്ന പോസിലിരിക്കുകയാണ്. നിമിഷങ്ങൾ നീണ്ടുനിന്ന മൗനത്തിനിടയിൽ ഞാൻ സംഗതി മണത്തറിഞ്ഞു. വെളിച്ചെണ്ണ, പാമോയിൽ എന്നീ അസംസ്കൃത വസ്തുക്കളുടെ ലഭ്യത പൂജ്യം ഡിഗ്രിയിലായിരിക്കുന്നു. പൂരിയുണ്ടാക്കാനായിരുന്നു അവളുടെ പ്ലാൻ.

എന്നാൽ എണ്ണയില്ലാതെ എന്തു പൂരി? വഴിയുണ്ട്. ഞാൻ നിർദ്ദേശിച്ചു: ഗോതമ്പുമാവുകൊണ്ട് ദോശയോ ചപ്പാത്തിയോ ഉണ്ടാക്കാം. പാചകവൃത്തിയിലുള്ള എന്റെ അജ്ഞത അവളുടെ ചുണ്ടുകളെ വിറകൊള്ളിച്ചു. "ഉടൻപോയി വെളിച്ചെണ്ണ വാങ്ങിച്ചു കൊണ്ടു വാ...." കല്ലേപ്പിളർക്കുന്ന കല്പന. ഓഫീസിൽ പോകാനുള്ള ശ്രമം ഇനിയും തുടങ്ങാത്ത ഞാൻ കടയിലും പോകണോ? അതും കാലത്തുതന്നെ.

ഞാൻ മൂത്തവനെ വിളിച്ചു. കുപ്പിയും അക്കൗണ്ടുപുസ്തകവുമായി അവനെ കടയിലേക്കയച്ചു. അക്കൗണ്ടുകട തെരുവിന്റെ അങ്ങേയറ്റത്താണ്. അതുകൊണ്ട് അങ്ങോട്ടുമിങ്ങോട്ടും കഴിയുന്നത്ര വേഗത്തിൽ ഓടിക്കൊണ്ടു വരണമെന്നും ബസിനും കാറിനുമൊക്കെ സൈഡു കൊടുത്തേക്കണമെന്നും റോഡു മുറിച്ചു കടക്കുമ്പോൾ സ്കൂളിൽനിന്നു പഠിച്ചതുപോലെ നടുറോഡിൽ ചെന്നുനിന്ന് ഇടത്തോട്ടു നോക്കാൻ നില്ക്കാതെ ആദ്യവും രണ്ടാമതും മൂന്നാമതുമൊക്കെ രണ്ടുഭാഗത്തും നോക്കി ഒറ്റ ഓട്ടത്തിന് റോഡ് മുറിച്ചു കടക്കണമെന്നും ചെക്കനെ ഉപദേശിച്ചിരുന്നു. അക്കൗണ്ടുകടയിൽ എക്ലയറുകൾ ഉണ്ടെങ്കിൽ രണ്ടെണ്ണം വാങ്ങട്ടെയോ എന്ന സഹോദരസ്നേഹത്തോടെയുള്ള ചോദ്യം എനിക്കിഷ്ടപ്പെട്ടില്ല. രണ്ട് മിഠായിയുടെ വില കൊടുത്ത് അരക്കിലോ തക്കാളി വാങ്ങാമെന്നും അതിലൊരെണ്ണം രണ്ടുപേരും പകുത്തു തിന്നുന്നതാണ് യുക്തമെന്നും അവനെ പറഞ്ഞു മനസ്സിലാക്കി.

ഞാൻ കുളിച്ചു. ആറ് പാന്റ്സിൽ എല്ലാ ശനിയാഴ്ചയും കുടഞ്ഞു ധരിക്കുകയും അഞ്ചു ശനിയാഴ്ചകളിൽ അലക്കുകയും ചെയ്യുന്ന ഇളം തവിട്ടുനിറമുള്ള ഒന്നിനെ കണ്ടെത്തി. അതിൽ ചാടിക്കയറി. അതിനു കൂട്ടായിരിക്കാറുള്ള ഷർട്ടിനെയും കണ്ടെത്തി. പക്ഷേ, അപ്പോഴും പൂരിയും കറിയും ചായയും പാകമായിട്ടില്ല. ഇളയവൻ അമ്മയുടെ മടിയിൽത്തന്നെയുണ്ട്. മൂത്തവനിനിയും കടയിൽനിന്നെത്തിയിട്ടില്ല. ബസ്, റോഡ്... ഞാൻ ആശങ്കാകുലനായി റോഡിലേക്ക് കണ്ണുംനട്ട് വാതില്ക്കൽ കാത്തുനിന്നു. അതാ കുപ്പിയും തൂക്കിപ്പിടിച്ച് പതുക്കെപ്പതുക്കെ അവൻ നടന്നുവരുന്നു. ചെക്കന്റെ നടത്തം കണ്ടതോടെ എനിക്കു കലികയറി. പോകുമ്പോഴും വരുമ്പോഴും ഓടാനേല്പിച്ചതാണ്. ഓടിയില്ലെങ്കിലും ഒന്നു ധൃതിയിൽ നടന്നുകൂടേ? ചെക്കനിങ്ങു വരട്ടെ. അടുത്തെത്തിയപ്പോഴാണ് അവന്റെ കണ്ണിൽനിന്ന് കുടുകുടെ വെള്ളമൊഴുകുന്നതും മാറിടം ഉയർന്നു താഴുന്നതും കണ്ടത്. കൈയിലെ കുപ്പി അതുപോലെ കാലിയായിരുന്നു. എന്റെ മുന്നിലേക്കു കയറിവന്ന ചെക്കൻ അക്കൗണ്ടുപുസ്തകം മൂലയിലേക്കു വലിച്ചെറിഞ്ഞു. പേടിയോടെ എന്റെ കണ്ണിലേക്കു നോക്കി അവൻ വിതുമ്പി: "പൊലരുമ്പംതന്നെ എരക്കാനാ വന്നത്ന്നാ അയാള് ചോദിച്ചത്. ഞാനിനി സാധനം വാങ്ങാൻ പോവൂല്ല."

ഒരുടമ്പടിപോലെ

അതൊരുടമ്പടിപോലെയായിരുന്നു. എങ്ങനെ, എപ്പോൾ എന്നതിനൊന്നും അയാൾക്കുത്തരമില്ല. ഒരുപക്ഷേ, അതൊരു സ്വപ്നമാകാം. അല്ലെങ്കിൽ ഒരു വിശ്വാസമാകാം. അശരീരിയാകാം. എന്തായാലും അതിനെ അവിശ്വസിക്കാൻ അയാൾ തയ്യാറല്ല. ജീവിതം കൊണ്ടൊരു പരീക്ഷണത്തിന് തല്ക്കാലം അയാളിഷ്ടപ്പെടുന്നുമില്ല.

ഉടമ്പടിയിലെ വാചകങ്ങളുടെ ഏകദേശ രൂപം ഇങ്ങനെയായിരുന്നു. ഏറെത്താമസിയാതെ നിനക്കൊരു പുത്രൻ ജനിക്കും: അവൻ അരോഗദൃഢഗാത്രനായും അതീവ ബുദ്ധിമാനായും വളരും. പക്ഷേ, രണ്ടാമതൊരു കുഞ്ഞിനെ സൃഷ്ടിക്കുകയാണെങ്കിൽ ആ നിമിഷം നീ മരിക്കും. ചോരയിൽ മുങ്ങിയ തന്റെ വിരലൊപ്പും അതിന്റെ അടിയിൽക്കണ്ടതായി അയാൾക്കുറപ്പുണ്ട്.

പറഞ്ഞപ്രകാരംതന്നെ അയാൾക്ക് സ്വന്തം ഭാര്യയിൽ സ്വന്തമായൊരു സന്താനം പിറന്നു. ചോരതുടിക്കുന്ന ഒരാൺകുഞ്ഞ്! ജനിച്ചപ്പോഴേ നിലവിളിക്കുകയും ഏറെത്താമസിയാതെ ചിരിക്കുകയും ചെയ്ത കുട്ടിക്ക് ശരാശരിയിലുമധികം തൂക്കമുണ്ടായിരുന്നു. കുഞ്ഞിനെ കണ്ടമാത്രയിൽത്തന്നെ അയാൾക്ക് അജ്ഞാത വാക്യത്തിൽ വിശ്വാസമുറയ്ക്കുകയും പ്രസവാശുപത്രിയുടെ തൊട്ടപ്പുറത്തുള്ള ക്യാമ്പിൽ ക്യൂ നിന്ന് നിർവീര്യനാവുകയും ചെയ്തു.

കുത്തിവെപ്പുകളൊന്നും നടത്തിയില്ലെങ്കിലും കുഞ്ഞിന് കൊക്കക്കൊര, പോളിയോ, മുണ്ടിനീര്, ക്ഷയം, മലമ്പനി എന്നിതുകളൊന്നും ബാധിക്കുകയുണ്ടായില്ല. ശിശുരോഗവിദഗ്ദ്ധന്റെ നേതൃത്വത്തിലുള്ള വിലാപഗാനമേളകളിൽ കുടുംബസമേതം പങ്കെടുക്കാൻ അയാൾക്കിതുവരെ ഭാഗ്യമുണ്ടായിട്ടുമില്ല.

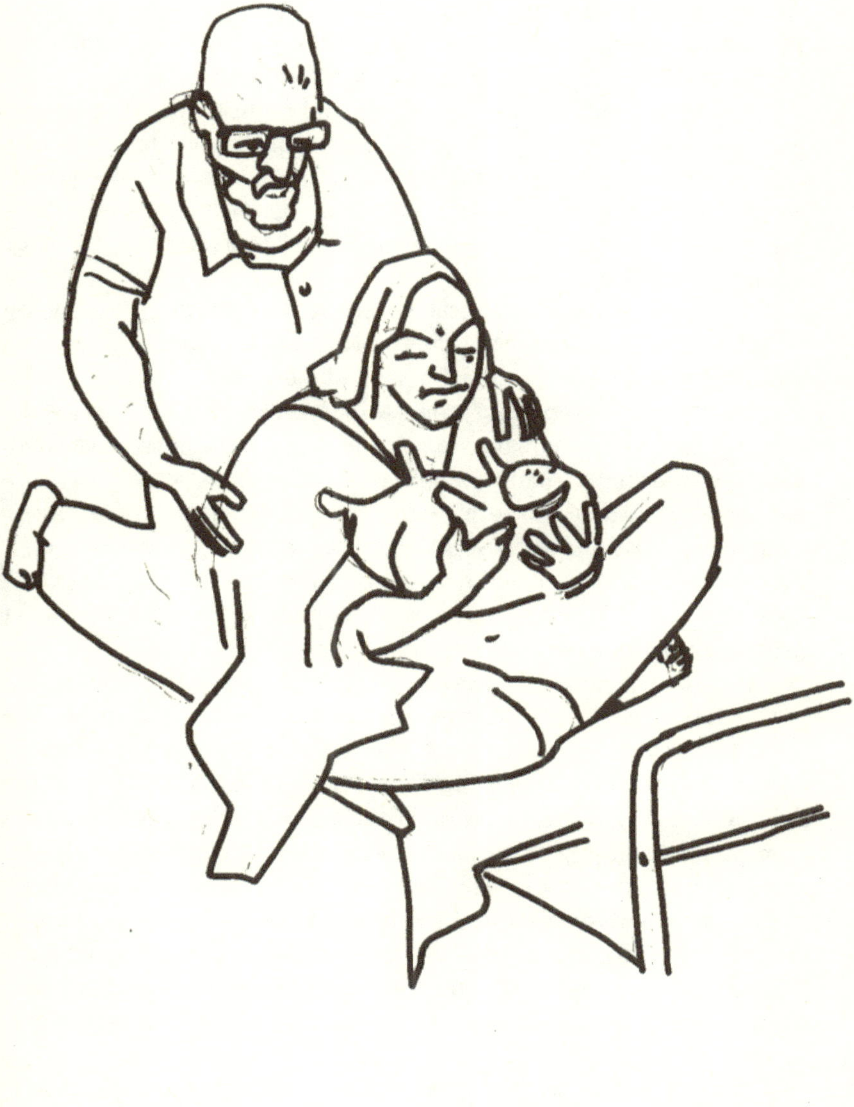

സമീപവാസികൾ ടിയാനെ അത്ഭുതത്തോടെ നോക്കുകയായിരുന്നു. അടുത്തുള്ള പ്രൈമറിസ്കൂൾ മാനേജർമാരുടെ നിർബ്ബന്ധത്തിനു വഴങ്ങി അഞ്ചും ആറും കുഞ്ഞുങ്ങളെ ഉല്പാദിപ്പിച്ചുകൊണ്ടിരുന്ന അവർക്ക് കഥാപുരുഷൻ ഒരു കടങ്കഥയായി മാറി. കുടുംബാസൂത്രണ കഥാപ്രസംഗങ്ങളിൽ അയാൾ നായകനായി. എന്തിനധികം! സ്ഥലം എൻ ഇ എസ് ബ്ലോക്കിന്റെ ആഭിമുഖ്യത്തിലുള്ള ഒരു ആസൂത്രണ കൺവെൻഷൻ കത്രികകൊണ്ട് മുറിച്ച് ഉദ്ഘാടനം ചെയ്തത് അയാളായിരുന്നു.

പക്ഷേ, അതൊക്കെ അന്നായിരുന്നു. വർഷങ്ങൾക്കുമുമ്പ്, ഒരുവ്യാഴവട്ടവും പിന്നൊരു ഭൂമിവട്ടവുംകൂടി കഴിഞ്ഞപ്പോൾ അതാ വരുന്നു. മറ്റൊരരുളപ്പാട്! അത് ഇനിപ്പറയും പ്രകാരമായിരുന്നു: "നിനക്കുണ്ടായ പുത്രൻ അതീവ ശക്തിമാനും അത്യുല്പാദന ശേഷിയുള്ളവനുമാകുന്നു. എന്നാൽ അവനെപ്പോഴെങ്കിലും ഒരു സന്തതിയെ സൃഷ്ടിക്കുകയാണെങ്കിൽ ആ നിമിഷം നീ മരിക്കും!"

അതയാൾക്ക് താങ്ങാവുന്നതിലും കുറച്ചധികമായിരുന്നു. അരുളപ്പാടിനുമില്ലേ ഒരതിര്! സ്വന്തം കാര്യമാണെങ്കിൽ മനസ്സിലാക്കാം. ഇത് മകനെ നിർവീര്യമാക്കുന്ന കാര്യമാണ്. ഇപ്പോഴത്തെ കാലത്ത്...

അയാൾ തലകുത്തിയും തലപുകച്ചും ചിന്തിച്ചുനോക്കി. ഒടുവിൽ ബോധമുദിച്ചു. പുത്രനെ സന്ന്യാസമാർഗ്ഗത്തിലേക്ക് തിരിച്ചുവിടുക. താനും ഭാര്യയും തമ്മിലുള്ള ബന്ധം കണ്ട് മകൻ വഷളാകേണ്ടെന്നു കരുതി അന്നുതന്നെ അയാൾ ഭാര്യയെ മൊഴിചൊല്ലി. അമ്മയെപ്പറ്റി അവന്റെ മനസ്സിൽ ഏതെങ്കിലും മാർദ്ദവമൂലകളുണ്ടായിപ്പോകാതിരിക്കാനായി ആ സാധ്വിയെ നിരന്തരം അധിക്ഷേപിച്ചു സംസാരിക്കാനും തുടങ്ങി. എന്നാലും ചെക്കൻ ചിലപ്പോഴൊക്കെ വിവാഹകാലത്തെ പഴയ ആൽബം പരിശോധിക്കുന്നതുകണ്ട് അതയാൾ ചുട്ടുകളഞ്ഞു.

സന്ന്യാസിമാരുടെയും മഹർഷിമാരുടെയും കഥകൾ കോമിക്കുകളായും ചരിത്ര കഥാപുസ്തകങ്ങളായും മകന്റെ മുന്നിൽ കുമിഞ്ഞുകൂടി. പ്രാതലിനുശേഷവും അത്താഴമുത്താഴങ്ങൾക്കു ശേഷവും ഓരോ മഹർഷിക്കഥവീതം മേമ്പൊടിയായി സേവിച്ചിട്ടും ചെക്കൻ വിശ്വാമിത്രന്റെയും പരാശരന്റെയും കഥകൾ മാത്രം അയവിറക്കി. ദൈവംതമ്പുരാനായ പരമശിവന്റെയും സാക്ഷാൽ വിഷ്ണുഭഗവാന്റെയും അത്ഭുതകഥകളിൽ സംശയം പൂണ്ടുനിന്നു. ചൈൽഡ് സൈക്കോളജി പുസ്തകങ്ങളുടെ താളുകൾക്കിടയിലൂടെ പുരാണ കഥകളെ പരിശോധിച്ചു നോക്കിയപ്പോഴാണ് സർവ്വവും അബദ്ധങ്ങളാണെന്ന് കഥാപുരുഷൻ മനസ്സിലാക്കിയത്. ഒറ്റ മഹർഷിയെയും വിശ്വസിച്ചുകൂടാ. അവന്മാരുടെയൊക്കെ ലിബിഡോയും ഇറോട്ടിക് സ്വഭാവവുംകണ്ട് അയാൾ അന്തംവിട്ടു നിന്നുപോയി.

അയാൾ സ്വയം ചെറുകഥാകൃത്തായും കവിയായും മാറി. രാത്രിയിലൊക്കെ മകനെ കഥകളിലൂടെ തണുപ്പിച്ചു. *ഭഗവദ്ഗീത*യുടെ എൺപത്തിമൂന്ന് ഭാഷ്യങ്ങൾ തപാലിൽ വരുത്തി മിഥ്യാമയമായ ജഗത്തിനെ

ക്കുറിച്ച് ഉപദേശം നടത്തി. ഓരോ ശ്ലോകത്തിന്റെ അർത്ഥം പറയുമ്പോഴും ഓരോ മണി കുരുമുളക് വായിലിട്ടു കൊടുത്തു. ആഹാരവസ്തുക്കളിലാകട്ടെ, നെല്ലിക്ക, മുരിങ്ങയില, ഉള്ളി, എള്ള് തുടങ്ങിയവയുടെ അളവ് ക്രമാതീതമായിത്തന്നെ കുറയ്ക്കുകയും ചെയ്തുവന്നു.

തൊട്ടപ്പുറത്തെ മൂന്നു വീടുകളിലുംകൂടി ഒമ്പതു പെൺകുട്ടികളും ആറാൺകുട്ടികളുമുണ്ടായിരുന്നു. ആറിനേയും അവഗണിച്ച് ഒമ്പതിന്റെ നടുവിൽ ചെന്നിരുന്ന് കൊത്തങ്കല്ലുകളിക്കാനാണ് ചെക്കന്റെ പുറപ്പാടെന്നുകണ്ട് പിതാവ് ഞെട്ടിപ്പോയി. ഞെട്ടാവുന്നത്രയും ഞെട്ടിയശേഷം വീടിന്റെ കന്മതിലുകൾക്ക് ഉയരം കൂട്ടണമെന്ന് നിശ്ചയിച്ചുറപ്പിച്ചു.

കുട്ടിയെ സ്കൂളിൽ വിടാൻപോലും അയാൾക്ക് ഭയമായിരുന്നു. പുളിച്ചു തേട്ടുന്ന ഗൈഡുകളും ഉണക്ക ട്യൂഷൻമാസ്റ്റർമാരും കന്മതിലിനുള്ളിലെ പാഠ്യപദ്ധതി പരിപുഷ്ടമാക്കി. അസ്തിത്വവാദത്തെക്കുറിച്ച് പാശ്ചാത്യർ എഴുതിയ ഗ്രന്ഥങ്ങളും അവയെ ഉപജീവിച്ച് നാടന്മാർ എഴുതിയ ദുരൂഹലേഖനങ്ങളുടെ ലളിതസംഗ്രഹവും കുട്ടിക്ക് വായിക്കാൻ തരപ്പെടുത്തി.

എന്നാലും അയാൾക്കൊരു ശങ്ക. ഇവൻ വലുതായിക്കഴിഞ്ഞാലോ? അടയ്ക്ക വളർന്ന് പീറ്റക്കവുങ്ങായാലോ? ഹോർമോൺ ചികിത്സ പരാജയമാണെന്ന സംശയത്താൽ അയാൾ പുത്രനെ യോഗാസനവിദ്യകൾ അഭ്യസിപ്പിച്ചു. ഏകാഗ്രതയുടെയും വിരക്തിയുടെയും പാഠങ്ങൾ പതുക്കെപ്പതുക്കെ പറഞ്ഞുകൊടുത്തു.

ഭൂമി അതിന്റെ സ്വന്തം അച്ചുതണ്ടിൽ കറങ്ങിക്കൊണ്ടുതന്നെ സൂര്യനെ അഞ്ചുപ്രാവശ്യം ചുറ്റിത്തീർത്തു. കന്മതിലിനുള്ളിൽ കഴിഞ്ഞുപോന്ന പുത്രൻ പൂർവ്വാധികം ശോഷിതനും വിഷാദമൂകനുമായി വളർന്നുകൊണ്ടിരുന്നു. പിതാവാകട്ടെ ദീർഘനിശ്വാസങ്ങളുടെ ഇടവേളകൾക്ക് നീളംകൂട്ടി ഒരുവിധം ജീവിതം നയിച്ചു പോന്നു.

അതിനിടയിലാണ് അത്യാഹിതമുണ്ടാകുന്നത്. കന്മതിലിന്നുള്ളിലെ മരച്ചോട്ടിലിരുന്ന് ഉദയാൽപരവും അസ്തമയത്തിനുമുമ്പും മാത്രം സൂര്യനെ കണ്ടുകൊണ്ടിരുന്ന പുത്രൻ ഒരു ദിവസം മറ്റൊരു പ്രകാശബിംബംകൂടി കണ്ടെത്തി. വൈകുന്നേരങ്ങളിൽ മതിലിനപ്പുറത്തുള്ള മൈതാനത്തുനിന്ന് പൊട്ടിച്ചിരികളും മഞ്ഞനിറത്തിലുള്ള ചെറിയ ഒരു പന്തിന്റെ ആരോഹണാവരോഹണങ്ങളും കാണാറുണ്ടായിരുന്നു. ഒരു പരുന്തായി മാറി ആ പന്ത് തട്ടിയെടുക്കാൻ അവനെപ്പോഴും ആഗ്രഹിച്ചിരുന്നു. അത്യാഗ്രഹിയായ ഒരു പൂച്ചയെപ്പോലെ തല താഴോട്ടും മേലോട്ടും ചലിപ്പിച്ച് പന്തിന്റെ ഗമനം ശ്രദ്ധിക്കുക അവന്റെ പതിവായിരുന്നു.

അന്നൊരു ദിവസം എല്ലാ പ്രതിരോധങ്ങളെയും അവഗണിച്ച് കന്മതിൽ ചാടിക്കടന്ന് ആ പന്ത് വീട്ടുവളപ്പിൽ പ്രവേശിച്ചു. അവൻ ഓടിച്ചെന്ന് പന്ത് കൈയിലെടുത്തു. തൊടുമ്പോൾ മാർദ്ദവമുള്ള, ഓമനിച്ചുകൊണ്ടേയിരിക്കാൻ തോന്നുന്ന ഒരു മഞ്ഞപ്പന്ത്. ഒരു കോഴിക്കുഞ്ഞിന്റെയോ പൂച്ചക്കുഞ്ഞിന്റെയോ കൂടപ്പിറപ്പാകേണ്ട ഒരു കൊച്ചു കളിപ്പന്ത്!

തകരപ്പാളികളുള്ള ഗേറ്റിൽ പരപരാ മുട്ടുന്ന ശബ്ദം കേട്ടു. അങ്ങോട്ടു പോകാനോ വാതിൽ തുറക്കാനോ അവനനുവാദമില്ല. അകത്തും പുറത്തുമായിടാവുന്ന ആ തടിച്ച താഴിന് ഒരു താക്കോലേയുള്ളൂ. അതവന്റെ പിതാവിന്റെ പോക്കറ്റിൽത്തന്നെ സർവ്വദാ സ്ഥാനം പിടിച്ചിരുന്നു. പന്തിനെ ഓമനിച്ചുകൊണ്ട് അവൻ അവിടെത്തന്നെയിരുന്നു.

ശാപവചനങ്ങൾക്കും പൊട്ടിച്ചിരികൾക്കും പിന്നാലെ വീണ്ടും ഒരു മഞ്ഞപ്പന്ത് വായുവിൽ ഉയർന്നുതാണു. തന്റെ കൈയിലുള്ളതിന്റെ അതേ വലിപ്പവും ഭംഗിയുമുള്ള മറ്റൊരു പന്ത്. ദുരന്തവും ഭാഗ്യവും ഒന്നിനു പിന്നാലെ മറ്റൊന്നായിട്ടാണല്ലോ വരിക. അഞ്ചുമിനിറ്റിനകം മറ്റേപ്പന്തും അവന്റെ തൊട്ടരികിൽ വന്നുവീണു. നിലത്ത് വീഴേണ്ട താമസം അതവൻ കൈയിലാക്കി. ഇരട്ടകുട്ടികളെപ്പോലെയുള്ള പന്തുകൾ ഇരുകൈകളിലും ഉയർത്തിപ്പിടിച്ച് അവൻ തുള്ളിച്ചാടി. ഗേറ്റിൽ തട്ടലും മുട്ടലും കേട്ടുകൊണ്ടിരുന്നുവെങ്കിലും അതൊന്നും ശ്രദ്ധിച്ചില്ല. അവൻ ചാടിക്കൊണ്ടേയിരുന്നു. ഓരോ ചാട്ടത്തിനും കാലുകൾ കൂടുതലുയരത്തിലേക്ക് ഉയർന്നുകൊണ്ടിരുന്നു.

ഒട്ടുനേരം പുറത്ത് നിശ്ശബ്ദതയായിരുന്നു. അപ്പോഴാണ് മറഞ്ഞ സൂര്യൻ തിരിച്ചുവന്നതായി അവനനുഭവപ്പെട്ടത്. മതിലിനു മുകളിലായി ഒരു പ്രകാശം. പരിവേഷംപോലുള്ള കുറുനിരകൾക്കുള്ളിലായി തിളങ്ങുന്ന ഒരു മുഖം. തിളങ്ങുന്ന രണ്ടു കണ്ണുകൾ, ആടിയാടി, കുലുങ്ങിക്കുലുങ്ങി, ആ രൂപം പതുക്കെ ഉയർന്നുവരികയാണ്. മതിലിനുമേൽ അള്ളിപ്പിടിച്ചുകൊണ്ട് അവൾ പറമ്പിനുള്ളിലേക്ക് നോക്കി.

മറന്നുപോകാൻ തുടങ്ങിയ ശൈശവ കഥകളിലെവിടെയോ കണ്ട ഒരു രാജകുമാരിയാണവളെന്ന് അവനു തോന്നി. നാടൻ കവിതകളിൽ പാടിക്കേട്ട ഒരത്ഭുത കന്യക, ആരോ അവളെ താങ്ങിനിർത്തിയിരിക്കുകയാണ്. വീട്ടുവളപ്പിലേക്ക് സൂക്ഷിച്ചു നോക്കിക്കൊണ്ടിരുന്ന പെൺകുട്ടിയുടെ കണ്ണുകൾ മരച്ചോട്ടിലെ സന്ന്യാസിയെക്കണ്ടു. അവൻ കൈയിലിരുന്നു തിരിയുന്ന രണ്ടു പന്തുകൾക്കിടയിലൂടെ അവളെയും കണ്ടു. അവൾ കൈനീട്ടി. അവൻ കൊടുത്തില്ല. ചിരിച്ചുകാട്ടി. അവനൊന്നും മിണ്ടിയില്ല. പരിഭവം നടിച്ചു. അവനു പാവംതോന്നി. സങ്കടം ഭാവിച്ചപ്പോൾ രണ്ടും ഒന്നൊന്നായി എറിഞ്ഞുകൊടുത്തു. അവൾ പന്തു രണ്ടും താഴെ വീഴാതെ കൈക്കലാക്കി കൊഞ്ഞനംകാണിച്ച് താഴേക്കിറങ്ങിപ്പോയി.

അതിനുശേഷം അവന്റെ സ്വപ്നങ്ങളിൽ പന്തുകൾമാത്രം കടന്നുവന്നു. തുടർച്ചയായി സ്വപ്നം കണ്ടപ്പോൾ വിവരം പിതാവിനെ അറിയിക്കുകയും തനിക്ക് രണ്ടു പന്തുകൾ വാങ്ങിത്തരണമെന്നപേക്ഷിക്കുകയും ചെയ്തു. അവന്റെ അഭ്യർത്ഥനയിലെ നേരിയ അനൗചിത്യം ബോദ്ധ്യപ്പെട്ട പിതാവ് സ്വപ്നങ്ങളുടെ അർത്ഥം തേടി മുതിർന്നവർക്കുള്ള പുസ്തകങ്ങൾ തിരഞ്ഞു. ഒടുക്കം ടൗണിൽ പോയി തടിച്ച രുദ്രാക്ഷങ്ങൾ നിറഞ്ഞ ഒരു മാലയുമായി തിരിച്ചുവന്നു.

അവൻ സായന്തനങ്ങൾക്കായി കാത്തിരുന്നു. പന്തുകളിയുടെ ഉയ

രുന്ന ചലനങ്ങൾ ശ്രദ്ധിച്ചുകൊണ്ടിരിക്കുക ഒരു വ്രതമായി മാറ്റി. അന്നത്തെ സംഭവത്തിനുശേഷം ആഴ്ചയിലൊരു ദിവസമെങ്കിലും പന്ത് മതിലിനുള്ളിൽ വന്നുവീഴാറുണ്ട്. മതിലിനുമുകളിൽ സൂര്യോദയമുണ്ടായാലേ അവനത് കൈവിടുകയുള്ളൂ. അവൾ ചിരിക്കും. കോക്രി കാണിക്കും. അവൻ പതുക്കെ എഴുന്നേറ്റ് പന്തെറിഞ്ഞുകൊടുക്കും. ഒരു ദിവസം ഒരു മരത്തിന്റെ തടിച്ച കമ്പ് മതിലിൽ ചാരിവച്ച് അതിൽക്കൂടി പറ്റിപ്പിടിച്ചു നടന്ന് അവളുടെ കൈയിലേക്ക് പന്ത് വച്ചുകൊടുക്കുകയുമുണ്ടായി. പന്തിനോടൊപ്പം അവന്റെ കൈകളും അവൾ ഗ്രഹിച്ചു. സിരകളിലൂടെ ഉഷ്ണ ജലപ്രവാഹങ്ങളൊഴുകുന്നതും ചർമ്മപാളികൾക്കിടയിൽ നിന്ന് സുഖമുള്ള പടുതിരികൾ മുളച്ചുവരുന്നതും അവനറിഞ്ഞു. കനൽക്കട്ട പോലുള്ള അവന്റെ കൈത്തലം സാന്ത്വനംപോലെ കുളിർമ്മയുള്ള അവളുടെ കൈക്കുള്ളിൽ കിടന്ന് തണുത്തു. അല്പനേരം ആ നില്പ് തുടർന്നപ്പോൾ താഴെനിന്ന് പൊട്ടിച്ചിരികൾ വന്നുമൂടി. ചാരിവച്ച മരത്തണ്ടിലൂടെ അവൻ അതിവേഗം താഴേക്കിറങ്ങി. നിലംതൊട്ടപ്പോൾ ആശ്വാസം തോന്നി. അപ്പോഴും മതിലിനു മുകളിൽ ഒരുജ്യോതിസ്സ് തിളങ്ങി നില്പുണ്ടായിരുന്നു.

പിന്നെപ്പിന്നെ ഒന്നരാടൻ ദിവസങ്ങളിൽ പന്തുവന്നു വീഴാൻ തുടങ്ങി. അവൻ പന്തുകളിലൂടെ കയറിയും ഇറങ്ങിയും ജീവിക്കാൻ തുടങ്ങി. തന്റെ ചുറ്റുമുള്ള വസ്തുക്കളെല്ലാം ഉരുണ്ടുരുണ്ട് വരുന്നതായി തോന്നി. നീളവും വീതിയുമെല്ലാം നഷ്ടപ്പെട്ട വസ്തുക്കൾ അവനുചുറ്റും ഉരുണ്ടുകളിക്കാൻ തുടങ്ങി. അവയെ പന്തുകളാക്കി അമ്മാനമാടി രസിച്ചു.

മതിലിനു മുകളിലിരുന്ന് പന്തുകളി കാണാൻ തുടങ്ങിയ മകൻ അച്ഛന്റെ വരവിന്റെ സമയമായപ്പോൾ ഇറങ്ങിയോടി. എല്ലാ തെളിവുകളും നശിപ്പിക്കാനായി ഉറക്കെ നാമംചൊല്ലുക പതിവായി.

പതിവായി പന്തുവന്നുവീഴാൻ തുടങ്ങിയ ഒരു ദിവസമാണ് അച്ഛൻ മകന്റെ സന്ന്യാസജീവിതം പരിശോധിക്കാൻ തൊഴുത്തിന്റെ പുറകിലത്തെ വഴിയിലൂടെ അകത്തുകയറിയത്. വിശാലമായ വീടിന്റെ ഓരോ മുറിയിലും അയാൾ ചെന്നുനോക്കി. തുറന്നിട്ടിരിക്കുന്ന മുറിയിലൊന്നും മകന്റെ ചൂരും ചെത്തവുമുണ്ടായിരുന്നില്ല. പുറത്തിറങ്ങി പറമ്പു മുഴുവൻ ചവിട്ടിമെതിച്ചു. മതിലിൽ ചാരിവച്ച മരത്തണ്ടിലൂടെ അയാൾ മതിലിനു മുകളിലേക്കു കയറിച്ചെന്നു.

താഴെ മകൻ ബാറ്റുമായി പന്തിനുപിറകെ ഓടുകയാണ്. മൂന്നു പെൺകുട്ടികൾ അവനെ കളിക്കാൻ പഠിപ്പിക്കുന്നു. തൊട്ടുരുമ്മിക്കൊണ്ട് കൂടെ ഓടിക്കൊണ്ടിരുന്ന പെൺകുട്ടി അവനെ പ്രോത്സാഹിപ്പിക്കുകയാണ്.

ഗേറ്റ് മലർക്കെ തുറക്കുന്ന ശബ്ദംകേട്ട് മകൻ ഞെട്ടിപ്പോയി. എതിർദിശയിൽനിന്നടിച്ച പന്ത് അവന്റെ തലയ്ക്ക് മുകളിലൂടെ ഒരു കൈബോംബ് പോലെ പിതാവിന്റെ മുന്നിൽച്ചെന്ന് വീണു. വിയർപ്പിൽ കുളിച്ച ശരീരത്തിൽ ആത്മാവിനെ മുറുകെപ്പിടിച്ചുകൊണ്ട് അയാളകത്തേക്കോടി. കട്ടി

ലിൽ വീണ് തേങ്ങിത്തേങ്ങിക്കരഞ്ഞു. തന്റെ ചുറ്റുമുള്ള ആകാശം ഒരു കോഴിക്കൂടുപോലെ ചുരുങ്ങിച്ചുരുങ്ങി വരുന്നതുകണ്ട് അയാൾക്ക് ശ്വാസം മുട്ടുന്നതായി തോന്നി.

താൻ ചെയ്ത കുറ്റമെന്തെന്നറിയാതെ പകച്ചുനിന്നുപോയ മകനോട് എല്ലാം തുറന്നുപറയാൻ അയാൾ തീരുമാനിച്ചു. ഉടമ്പടികളുടെയും അരുളപ്പാടിന്റെയും കഥകളൊക്കെ മകന്റെ മുന്നിൽ തുറന്നുവച്ചു. എല്ലാം കേട്ടുകഴിഞ്ഞപ്പോൾ മകൻ പൊട്ടിച്ചിരിച്ചു. ഇതിനാണോ ഈ തീയെല്ലാം കടിച്ചുചവച്ചത്? ഇതെത്ര നിഷ്പ്രയാസം കൈകാര്യം ചെയ്യാമായിരുന്നു. തന്റെ സ്വന്തം പിതാവിന്റെ ജീവനെടുക്കാൻ താനൊരിക്കലും മുതിരുകയില്ലെന്ന് അവൻ ദൃഢപ്രതിജ്ഞ ചെയ്തു.

അയാൾ അന്നുരാത്രി സുഖമായി കിടന്നുറങ്ങി. സ്വപ്നങ്ങൾ അറച്ചറച്ചാണെങ്കിലും കടന്നുവന്ന് അയാളോടൊപ്പം കിടന്നു. ഇളംകുളിരിന്റെ സ്നിഗ്ദ്ധതയിൽ അയാൾ തളർന്നുറങ്ങി.

തടിച്ച താഴുകളും കനത്ത താക്കോലുകളും ആ വീട്ടിൽനിന്ന് പുറത്തുപോയി. ഇരുമ്പുവാതിൽ മലർക്കെ തുറന്നിട്ടപ്പോൾ സാമ്രാജ്യം വെട്ടിപ്പിടിച്ച ആവേശത്തോടെ പുത്തൻകാറ്റ് മതിലിനകത്തേക്കിരച്ചുകയറി. പുറംലോകം പുത്തൻകാറ്റിനോട് വിശേഷങ്ങൾ ചോദിച്ചു. കാറ്റിൽ പരാഗണം നടത്തിക്കൊണ്ടിരുന്ന ജീവിതം ഓരോരോ നിറവയറുള്ള പെൺപൂവുകളെ മതിലിനുള്ളിൽ നിക്ഷേപിച്ചു. മതിലിനുള്ളിലെ തവളകൾ ചാടിച്ചാടി നിരത്തുവക്കിലെ ചളിക്കുണ്ടിലെത്തി പുതിയ പുതിയ ഇണകളെ കണ്ടെത്തി.

ദിവസത്തിലൊരിക്കലെങ്കിലും പ്രതിജ്ഞയുടെ കാര്യം മകനെ ഓർമ്മിപ്പിച്ചുകൊണ്ട് പിതാവും സംയമനത്തിന്റെ പുതിയ പാഠങ്ങൾ ഹൃദിസ്ഥമാക്കിക്കൊണ്ട് പുത്രനും പരിശുദ്ധമായ ജീവിതം നയിച്ചുവന്നു. പുത്രൻ പന്തുകളിപ്പിള്ളേരുടെകൂടെ മൈതാനത്തു ചെന്നിരിക്കുമ്പോഴും അവറ്റകൾ അകത്തുകയറിവന്ന് മകനോട് ശൃംഗരിക്കുമ്പോഴും അവർക്കിടയിലെ കാല്പനികരേഖയിൽത്തന്നെ അയാൾ കണ്ണുനട്ടിരുന്നു. എല്ലാറ്റിലും വലുത് ജീവിതമാണല്ലോ എന്ന് അയാളോർക്കും.

മനസ്സമാധാനം നഷ്ടപ്പെടുത്തുന്ന ഒരു കാഴ്ച കാണാനാവണം അയാളൊരുദിവസം നഗരവീഥിയിലൂടെ നടന്നത്. മകനും ഒരു പന്തുകളിപ്പെണ്ണും കൂടി നക്ഷത്രാങ്കിതമായ ഒരു ചായക്കടയിൽ നിന്നിറങ്ങിവരുന്നത് ടാക്സികൾക്കു പിന്നിൽ മറഞ്ഞുനിന്നുകൊണ്ടയാൾ കണ്ടു. അവർ ജനപ്രവാഹത്തിൽ ഒഴുകിപ്പോയെന്ന് തിട്ടംവരുത്തിക്കൊണ്ട് ഹോട്ടലിലേക്ക് കുതിച്ചു. ഇപ്പോഴിറങ്ങിപ്പോയ യുവതീയുവാക്കൾ ഏതു മുറിയിലാണ് വിശ്രമിച്ചതെന്ന് കൗണ്ടറിൽ തിരക്കി. കൗണ്ടറിലിരുന്ന രൂപഭദ്രതാവാദിയായ ആ പൊള്ളമനുഷ്യൻ അതുകേട്ട് ആർത്തുചിരിച്ചു. പിന്നെ ഒന്നു റിലാക്സു ചെയ്തശേഷം ചെറുപ്പക്കാർ രണ്ടുപേരും പുട്ടടിച്ചിറങ്ങുകയായിരുന്നുവെന്നും സ്യൂട്ട്കേസും ബാഗുമൊന്നുമില്ലാത്തവർക്ക് തങ്ങൾ റൂംസും സ്യൂട്ട്സും അനുവദിക്കുകയില്ലെന്നും വിശദീകരിച്ചുകൊ

ടുത്തു. യുവത്വത്തിന്റെ വയലുകളിൽ കളകൾ പറിച്ചുനടാനായി ഇറങ്ങി ത്തിരിക്കരുതെന്ന ഉപദേശവും കൊടുത്ത് കൗണ്ടർ അയാളെ യാത്ര യാക്കി. അയാൾ തലതാഴ്ത്തി ഇറങ്ങിനടന്നു. അസ്വസ്ഥതയുടെ തീനാ മ്പുകൾക്കുമേലെ വെള്ളമൊഴിച്ചിട്ടും തീയണയുന്നില്ല. വെള്ളം വലിച്ചു കുടിച്ച തീനാമ്പുകൾ വീണ്ടും വളരാൻ തുടങ്ങിയപ്പോൾ അയാൾ വീട്ടി ലേക്കുതന്നെ മടങ്ങി.

തുടർന്നുള്ള ദിവസങ്ങളിൽ മകനെ കൂടുതൽ കൂടുതൽ ഉദ്ബുദ്ധ നാക്കിക്കൊണ്ടിരുന്നു. പുനർജ്ജന്മത്തിന്റെ അസാദ്ധ്യതകൾ പ്രകടമാക്കി ക്കൊണ്ട് ഇഹലോകജീവിതത്തിന്റെ ഹൃദ്യത മുഴുവൻ വിശദമാക്കിക്കൊ ടുത്തു. മകൻ എല്ലാം മൂളിക്കേട്ടു. അച്ഛനെങ്ങനെ തങ്ങളെ കണ്ടുമുട്ടി എന്നത്ഭുതപ്പെടുകയായിരുന്നു അവൻ. ഇനി ആ പെൺകുട്ടിയുമായി മിണ്ടുകയോ ചിരിക്കുകയോ ചെയ്യില്ലെന്ന് അവൻ സത്യം ചെയ്തപ്പോഴേ അയാൾക്ക് ശ്വാസതടസ്സം നീങ്ങിക്കിട്ടിയുള്ളൂ.

കാര്യങ്ങൾ പിന്നെയും ഒരുവിധം ഭംഗിയായി നീങ്ങിക്കൊണ്ടിരുന്നു. പക്ഷേ, ഇത് ജീവിതത്തിന്റെ പ്രശ്നമാണല്ലോ. അവിടെയെന്ത് സ്വസ്ഥത? പുത്രൻ ഇപ്പോൾ തികച്ചും ബൃഹത്തെന്നു വിശേഷിപ്പിക്കാവുന്ന തന്റെ ആദ്ധ്യാത്മിക ഗ്രന്ഥശാലയിലാണ് മിക്കനേരവും കഴിച്ചുകൂട്ടുക. ഗവേ ഷണം നടത്താനുള്ള ഒരു വിഷയം തലയിൽ കയറിക്കൂടിയപ്പോൾ അവൻ ചിന്താകുലനായി. ചിരിയും കളിയുമില്ലാത്ത പ്രഭാതങ്ങളും പ്രദോഷങ്ങളും പിതാവിന്റെ ആത്മാവിന്റെ ഭിത്തികൾക്ക് കരുത്ത് പ്രദാനംചെയ്തു.

ഒരു വൈകുന്നേരം ആകാശത്തിലെ സൂര്യന് തിളക്കം കുറയുന്നതും പരിസരത്തിന്റെ ചുറുചുറുക്ക് നഷ്ടപ്പെടുന്നതും സ്വന്തം ശരീരത്തിൽ അനു ഭവിച്ചുകൊണ്ട് അയാൾ ചാരുകസാരയിലിരിക്കുകയായിരുന്നു. വാൾ ക്ലോക്കിന്റെ സൂചി എവിടെയെത്തിയെന്ന് നീണ്ട മണിയടികൾകൊണ്ട യാൾ മനസ്സിലാക്കി. മകൻ ഇത്രനേരമായിട്ടും തിരിച്ചുവരാത്തതെന്തേ? അച്ഛന്റെ കരളിൽ കത്തിയിറക്കുന്ന വല്ല കത്തുമെഴുതിവച്ച് അവൻ കട ന്നുകളഞ്ഞോ? മുറി മുഴുവൻ തിരഞ്ഞു. ഇല്ല ഒന്നുമില്ല. സ്വാതന്ത്ര്യത്തിന്റെ അമിതമായ ഉപയോഗം പുതിയ തലമുറയെ എവിടെക്കൊണ്ടെത്തിക്കു മെന്നാലോചിച്ച് അയാൾ പൂമുഖത്തു കൂടി ഉലാത്താൻ തുടങ്ങി. വടക്കു കിഴക്കോട്ടുള്ള നടത്തം കിഴക്കുപടിഞ്ഞാറോട്ടേക്കു മാറ്റിയ ഒരു മുഹൂർത്തത്തിൽ, തട്ടുപൊളിപ്പൻ ഡയലോഗു പറയാൻ തിരിഞ്ഞ നാടക നടന്റെ പോസിലെത്തിനിന്ന അയാളുടെ കാല്ക്കൽ രണ്ട് ശിരസ്സുകൾ കുനിഞ്ഞുവീണു. പരിഭ്രമിച്ചു പിന്നാക്കം മാറിയ അയാളുടെ മുന്നിൽ ഒരേ ഹൃദയമിടിപ്പിന്റെ താളത്തോടെ രണ്ട് ശരീരങ്ങൾ ഉയർന്നുവന്നു.

“ഞങ്ങൾ രജിസ്റ്ററാപ്പീസിൽ...”

ബാക്കിഭാഗം അയാൾ കേട്ടില്ല. കട്ടപിടിച്ച സിമന്റുചാക്കുപോലെ അയാൾ തറയിൽ വീണു. ചലനമില്ലാതെ തളർന്നുകിടന്നു. ജീവനുള്ള ശരീരത്തിൽ മൃതമായ ബോധതലവുമായി അയാൾ മയങ്ങി. അബോധ കാലത്തിന്റെ നീളം അയാളെ ശല്യപ്പെടുത്തിയില്ല. രാത്രിയും പകലും

പൂർണ്ണബോധത്തിൽത്തന്നെ വന്നുപോയിട്ടും അയാൾ കണ്ണുതുറന്നില്ല. മണിക്കൂറുകളെ നിമിഷങ്ങളാക്കി അയാൾ കിടക്കുകയാണ്. പുത്രനും പുതുതായെത്തിയ വധുവും നിമിഷങ്ങളെ മണിക്കൂറുകളാക്കി മാറ്റി ഇരുവശത്തുമിരുന്ന് ശുശ്രൂഷിച്ചു. ഒടുവിൽ ജീവിതത്തിലെ ഇരുപത്തിയേഴു മണിക്കൂറുകൾ എഴുതിത്തള്ളി ഇരുപത്തെട്ടാം മണിക്കൂറിൽ അയാൾ കണ്ണുതുറന്നു. ഇരുവശത്തുനിന്നുമായി ഉറക്കച്ചടവുള്ള നാലു കണ്ണുകൾ അയാളെ പിടിച്ചെഴുന്നേല്പിച്ചു. കണ്ണുകൾകൊണ്ട് പെൺകുട്ടിയെ മുറിക്കു പുറത്താക്കി വാതിലടച്ച്, അയാൾ വിങ്ങിക്കരഞ്ഞു. ഇനിയൊരിക്കലും പുലരികൾ കാണാനാവില്ലെന്നറിഞ്ഞ് അയാൾ പൊട്ടിപ്പൊട്ടിക്കരഞ്ഞു. യാത്ര പറയാനുള്ള അവസരം നിഷേധിക്കപ്പെട്ടതിനാൽ അപ്പോൾത്തന്നെ ഔപചാരികമായ യാത്രാവചനവും ചൊല്ലിത്തീർത്തു.

മകനും പൊട്ടിക്കരഞ്ഞു. അവൻ അച്ഛന്റെ കാലുപിടിച്ച് സത്യം ചെയ്തു. ഞാനൊരിക്കലും അവളിൽ ജനനത്തിന്റെയും മരണത്തിന്റെയും വിത്തുകൾ വിതയ്ക്കില്ല.

പിതാവിന്റെ കണ്ണുകളിൽനിന്ന് പുത്രന്റെ ശിരസ്സിലേക്ക് നിർത്താതെ പുഷ്പവൃഷ്ടിയുണ്ടായി. ഇതിഹാസപുരുഷനായി പുനർജ്ജനിച്ച മകന്റെ പേരിൽ അയാൾ അഭിമാനിച്ചു. ശാസ്ത്രത്തിന്റെ, പിഴവു വന്നേക്കാവുന്ന നിയന്ത്രണത്തേക്കാളും വലിയത് ശപഥത്തിന്റെ ദൃഢതയാണെന്ന ചരിത്രപാഠം അയാളെ വീണ്ടും ഉത്തേജിതനാക്കി.

പുത്രനെ അവധാനപൂർവ്വം നിരീക്ഷിച്ചുകൊണ്ട് ആ മനുഷ്യൻ കാലംകഴിച്ചു. കിടപ്പുമുറിയിൽനിന്ന് മകൻ ധൃതിയിൽ ഇരുട്ടിലേക്കിറങ്ങിപ്പോകുന്നതുകണ്ട് അയാളുറങ്ങാൻ കിടന്നു. വധുവിന്റെ ഉയർന്നുതാഴുന്ന തേങ്ങലിന്റെ താളത്തിനൊപ്പിച്ച് കൂർക്കം വലിച്ചുകൊണ്ട് അയാളുറങ്ങുകയും ചെയ്തു.

വഴക്കും വക്കാണവും ചുമരിൽത്തട്ടി പൊട്ടിച്ചിതറുന്ന ശബ്ദം കേട്ട് അയാൾ ചിലപ്പോൾ ഞെട്ടിയുണരും. തേങ്ങലുകളും കുത്തുവാക്കുകളും വാതിൽപ്പഴുതിലൂടെ ഇറങ്ങിവന്ന് പറമ്പിലെങ്ങും ചുറ്റിനടന്നു. മകന്റെ പ്രതിജ്ഞാവാചകങ്ങളിൽ മുഖമമർത്തി അയാൾ തന്റെ മുറിയിൽ വെറും നിലത്ത് കമിഴ്ന്നുകിടന്നു. ഭൂമിയുടെ ഹൃദയസ്പന്ദനം അയാളുടെ ശരീരത്തിലേക്കു വ്യാപിച്ചു.

മുറിക്കുള്ളിലെ കറുത്ത ഉഷ്ണത്തിന് പെട്ടെന്നൊരു ശാന്തി വന്നത് ഓർക്കാപ്പുറത്ത് കനത്തൊരു മഴ പെയ്തപ്പോഴാണ്. കറന്റു പോയ ആ രാത്രിയിൽ ചില്ലുജാലകം കുത്തിപ്പൊളിച്ച് കള്ളനെപ്പോലെ കുളിരു കടന്നുവന്നു.

മിന്നൽപ്പിണരിന്റെ വെളിച്ചത്തിലേക്ക് മകൻ കണ്ണുതുറന്നു. എവിടെയൊക്കെയോ രോദനങ്ങളുയരുന്നതായി അയാൾക്കു തോന്നി. നിമിഷങ്ങൾ കടന്നുപോയപ്പോൾ വായ്ക്കകം മധുരിക്കുന്നതായി അനുഭവപ്പെട്ടു. ശ്വാസവേഗങ്ങളിലൂടെ അവൻ വിയർപ്പുചാലുകളിലേക്കു വഴുതിവീണു. പ്രകാശം നിറഞ്ഞ രണ്ടു വസ്തുക്കൾ തണുപ്പിനെ പ്രതിരോധി

ച്ചുകൊണ്ട് ഒന്നായി മാറി. ഒരു മിന്നൽ അയാളിൽനിന്നിറങ്ങി ആഴങ്ങളിൽച്ചെന്ന് വിലയം പ്രാപിച്ചു.

കെട്ടിടം കുലുങ്ങുമാറുള്ളൊരിടി വെട്ടി. ചുമരുകൾക്കുള്ളിലൂടെ കടന്നുവന്ന ഒരലർച്ച മകന്റെ ശരീരത്തെയാകെ സ്പർശിച്ചു. ഓർമ്മത്തെറ്റിൽനിന്നുണർന്നു പൊങ്ങിയ അവൻ അച്ഛന്റെ മുറിയിലേക്കു ഓടിച്ചെന്നു.

എല്ലാ കഥകളുടെയും അന്ത്യംപോലെ ഇതും ഇവിടെ അവസാനിക്കുന്നു. പതിവുവാചകവും തുന്നിച്ചേർക്കുകയാണ്. മകൻ ഒന്നേ നോക്കിയുള്ളൂ...

അച്ഛൻ... എന്റെ അച്ഛൻ

അമ്മയുടെ നിലവിളി കേട്ടാണ് ഞാനുണർന്നത്. അമ്മ അങ്ങനെയാണ്. രാത്രിയിൽ സ്വപ്നങ്ങൾ കണ്ട് ഞെട്ടി വിറച്ചു കരയും. അച്ഛൻ ചാടിയെണീറ്റു കുലുക്കിവിളിച്ചുണർത്തിയാലും അമ്മ കരഞ്ഞുകൊണ്ടിരിക്കും.

പക്ഷേ, ഇപ്പോൾ കരച്ചിൽ കേൾക്കുന്നത് താഴത്തെ നിലയിൽനിന്നല്ല. എന്റെ മുറിക്കടുത്തെവിടെയോ നിന്നാണ് അമ്മ കരയുന്നത്. ഇത് പതിവുള്ള നിലവിളിയല്ല. പുതപ്പു വലിച്ചുമാറ്റി ഞാനെണീറ്റു. മുറിയിലെങ്ങും ഇരുട്ടാണ്. ഇരുട്ടിന്റെ കുത്തിത്തുളയ്ക്കുന്ന കാഠിന്യത്തിനിടയിൽ കിടന്ന് ഞാൻ നട്ടം തിരിഞ്ഞു. എഴുന്നേറ്റപ്പോൾ എനിക്കു ദിക്കുകൾ പോലും മാറിപ്പോയിരിക്കുന്നു. ഏതു ഭാഗത്താണ് വാതിൽ? കട്ടിൽ മുറിയുടെ ഏതുഭാഗത്താണെന്നുപോലും പിടികിട്ടുന്നില്ല. പതുക്കെ മുന്നോട്ടു നടന്നപ്പോൾ ചുമരിൽ കൈതടഞ്ഞു. തപ്പിത്തപ്പി വലത്തോട്ടു നീങ്ങിയപ്പോൾ വാതിലിൽ പിടികിട്ടി. വലിയൊരു ശബ്ദത്തോടെ സാക്ഷ വലിച്ചൂരി ഞാൻ പുറത്തേക്കു കുതിച്ചു.

നേരിയ വെളിച്ചത്തിൽ ഞാൻ അമ്മയെ കണ്ടു. കോണിപ്പടിയുടെ മേലറ്റത്തെ പടിയിൽ നിന്നുകൊണ്ട് കിതയ്ക്കുകയാണ് അമ്മ. ഞാൻ കോണിപ്പടിക്കടുത്തുള്ള സ്വിച്ചിൽ കൈവച്ചു. ഇല്ല കറന്റില്ല. മുറിയിൽ ചെന്ന് ടോർച്ചെടുത്തുകൊണ്ടുവന്ന് തെളിയിച്ചപ്പോൾ അമ്മയുടെ രൂപം വ്യക്തമായിക്കണ്ടു. വിയർപ്പിൽ കുളിച്ചിട്ടുണ്ട്. കണ്ണുകളിൽ ഭീതിയുടെ മഞ്ഞളിപ്പ്. മേലാസകലം വിറയ്ക്കുന്നുണ്ട്. അടുത്തുചെന്ന് എന്തുപറ്റിയെന്നു ചോദിച്ചു. അമ്മയാകട്ടെ, അച്ഛൻ... അച്ഛൻ... എന്നുച്ചരിച്ചതല്ലാതെ ഒന്നും തുടർന്നു പറയുന്നില്ല. അച്ഛനു വല്ല അസുഖവും?... ഞാൻ കോണിപ്പടികൾ ഇറങ്ങിയോടി. അമ്മ പിന്നാലെ വന്നു. അച്ഛന്റെ മുറിക്കുള്ളിൽ

ഒരു മെഴുകുതിരി കത്തുന്നുണ്ട്. പക്ഷേ, അച്ഛനവിടെയൊന്നുമുണ്ടായിരുന്നില്ല.

അമ്മ പറഞ്ഞു: "ഞാനെന്തോ ശബ്ദം കേട്ടാണ് ഞെട്ടിയുണർന്നത്. എഴുന്നേറ്റ് അച്ഛനെ വിളിച്ചപ്പോൾ കേൾക്കുന്നില്ല. കറന്റില്ലെന്നുകണ്ട് മെഴുകുതിരി കത്തിച്ചുനോക്കി. അച്ഛനെങ്ങുമില്ല. മുറിക്കു പുറത്തു നോക്കിയെങ്കിലും വെളിയിലേക്കുള്ള വാതിലെല്ലാം അടഞ്ഞുകിടക്കുകയായിരുന്നു."

ഞാനും ടോർച്ചടിച്ചു പരിശോധിച്ചു നോക്കി. അച്ഛൻ മുറിക്കത്തെങ്ങുമില്ലായിരുന്നു. മുകളിലും താഴെയുമുള്ള എല്ലാ മുറികളിലും തെരഞ്ഞു. ആൾപ്പെരുമാറ്റം തീരെയില്ലാത്ത മുറികൾപോലും തുറന്നുപരിശോധിച്ചു. മുക്കിലും മൂലയിലും താഴെയും മേലെയും ടോർച്ചടിച്ചുനോക്കി. പുറത്തേക്കുള്ള ആറു വാതിലുകളും അപ്പോഴും അടഞ്ഞു കിടക്കുകയായിരുന്നു.

എന്നാൽപ്പിന്നെ അച്ഛനെങ്ങോട്ടുപോയി? വായനമുറിയിലെ പുസ്ത

കങ്ങൾക്കു മേലെ വല്ല കത്തോ കുറിപ്പോ കാണുമെന്നു പ്രതീക്ഷിച്ചു. ഇല്ല. ഒന്നുമില്ല. വീണ്ടും കിടപ്പുമുറിയിൽ വന്നു. അമ്മ എന്റെ തോളിൽ കൈയമർത്തിക്കൊണ്ട് എന്റെ പിന്നാലെ തന്നെയുണ്ടായിരുന്നു. ഒരിക്കൽക്കൂടി മുറി പരിശോധിച്ചു. അപ്പോൾ ഒരു കാര്യം ശ്രദ്ധയിൽപ്പെട്ടു. കട്ടിലിനു ചുവട്ടിൽ അച്ഛന്റെ ചെരിപ്പുകളുണ്ടായിരുന്നില്ല. കട്ടിലിന്റെ തലയ്ക്കൽ വിശ്രമിക്കാറുള്ള അറ്റം വളഞ്ഞ ചൂരൽവടിയുണ്ടായിരുന്നില്ല. വെള്ളെഴുത്തു കണ്ണാടിയും കഴുത്തിൽ ചുറ്റാറുള്ള നീലക്കരയുള്ള നീണ്ട നേര്യതും കാണാനില്ല.

അച്ഛനെങ്ങോട്ടുപോയി? തെരച്ചിൽ മതിയാക്കി ഞാനെഴുന്നേറ്റപ്പോൾ അമ്മ പൊട്ടിക്കരയാൻ തുടങ്ങി. എന്തുപറഞ്ഞാണ് ഞാൻ അമ്മയെ സമാധാനിപ്പിക്കുക? കരയാൻപോലും കഴിയാതെ പകച്ചുപോയ ഞാനെങ്ങനെ അമ്മയോട് കരയേണ്ടെന്നു പറയും?

അപ്പോൾ വീട്ടിനകത്തെ മൂന്നു ക്ലോക്കുകളും ഒരുമിച്ച് മണി മുഴക്കി. അച്ഛനൊരു കാര്യത്തിൽ നിർബ്ബന്ധമുണ്ടായിരുന്നു. വീട്ടിലെ എല്ലാ ക്ലോക്കുകളിലും ടൈംപീസിലും വാച്ചുകളിലും ഒരേസമയമായിരിക്കണം. രാവിലെ ഞാനുറങ്ങുമ്പോൾ അച്ഛൻ വന്ന് എന്റെ വാച്ചിലെ സമയം ശരിയാക്കുകയും മുറിയിലെ ക്ലോക്കിന് കീ കൊടുക്കുകയും ചെയ്യുമായിരുന്നു. ക്ലോക്കുകളെല്ലാംകൂടി എത്ര മണിയടിച്ചെന്നോർമ്മ കിട്ടിയില്ല. തളത്തിലെ വലിയ ഘടികാരത്തിൽ നോക്കിയപ്പോൾ മണി അഞ്ചായെന്നു മനസ്സിലായി. നേരം പുലർന്നു വരികയാണ്. ഈ വെളുപ്പാൻ കാലത്ത് അച്ഛൻ എങ്ങോട്ടു പോയിക്കാണും? അതും വാതിലുകളൊന്നും തുറക്കാതെ?

ഞാൻ ടെലിഫോണിനടുത്തെത്തി. ഡയറക്ടറി നോക്കി പൊലീസിന്റെ പൂജ്യങ്ങൾ നിറഞ്ഞ നമ്പർ കണ്ടുപിടിച്ച് ഡയൽ ചെയ്തു. ഇതുവരെ പൊലീസുമായി ഇടപെടേണ്ടിവന്നിട്ടില്ലാത്തതുകൊണ്ട് ഞാനാ നമ്പർ നോട്ടുചെയ്തിരുന്നില്ല. കുറേനേരം മണിയടിച്ചപ്പോൾ ആരോ ഫോണെടുത്തു. വിശദമായി പറഞ്ഞുകൊടുത്ത കാര്യങ്ങൾക്കെല്ലാം ഏതോ ഒരു പൊലീസുകാരൻ ഉറക്കച്ചടവോടെ മൂളുകയും ഒടുവിൽ വീട്ടുപറമ്പിൽ പറങ്കിമാവുണ്ടെങ്കിൽ ഒന്ന് പരിശോധിച്ചു നോക്കൂ എന്ന് മറുപടി തരികയും ചെയ്തു. തുടർന്ന് മറ്റേയറ്റം നിർജ്ജീവമായി.

ഞാനൊന്ന് പുറത്തേക്കുപോയി നോക്കട്ടെ? പക്ഷേ, കേട്ടപാടെ അമ്മ ഉറക്കെ നിലവിളിച്ചുകൊണ്ട് എന്നെ പിടിച്ചുനിർത്തി. എനിക്ക് പേടിയാകും. നീ എന്നെ ഒറ്റയ്ക്കാക്കി എങ്ങും പോകണ്ട.

പക്ഷേ, പോകാതിരിക്കാൻ കഴിയില്ലല്ലോ. ഒടുവിൽ വലിയ വീടിന്റെ വാതിലുകളും പൂട്ടി അമ്മയെ മുൻസീറ്റിലിരുത്തി ഞാൻ കാറോടിച്ചു. തെരുവിന്റെ ഇരുവശത്തും നോക്കിയാണ് ഞങ്ങൾ പൊയ്ക്കൊണ്ടിരുന്നത്. കിഴക്കും പടിഞ്ഞാറും വടക്കും തെക്കുമെല്ലാമുള്ള റോഡുകളിലൂടെ കാർ പലപ്രാവശ്യം ഓടി. പക്ഷേ, എങ്ങും അച്ഛനില്ലായിരുന്നു.

റോഡിൽ റോളർ സ്കേറ്റിങ് നടത്തുന്ന പ്രമാണിക്കുട്ടികൾക്ക് അലോസരം സൃഷ്ടിച്ചുകൊണ്ട് ഞങ്ങൾ കാർ തിരിച്ചുവിട്ടു.

അമ്മ വീണ്ടും കരയാനാരംഭിച്ചു. എനിക്കപ്പോഴും നേരിയൊരു പ്രതീക്ഷയുണ്ടായിരുന്നു. തിരിച്ചുചെല്ലുമ്പോൾ അച്ഛൻ പൂട്ടിയിട്ട വാതിലിൽ വടിയും ചാരിവച്ച് ക്ഷീണിതനായി പടിയിലിരിക്കുന്നുണ്ടാവാം. പക്ഷേ, പോർട്ടിക്കോവിൽ വണ്ടി നിന്നപ്പോൾ അച്ഛനവിടെയെങ്ങുമുണ്ടായിരുന്നില്ല. തെക്കും വടക്കുമൊക്കെയുള്ള എല്ലാ വാതിലിനു മുന്നിലും ചെന്നുനോക്കി. തല താഴ്ത്തി തിരിച്ചുവന്നപ്പോൾ അമ്മ കാറിൽ തളർന്നുകിടക്കുകയായിരുന്നു.

അപ്പോഴേക്കും നേരം നന്നേ പുലർന്നിരുന്നു. അമ്മയെ മുറിയിലെത്തിച്ച് ഞാൻ ഏറെനേരം ഫോണിന് മുന്നിൽ കുത്തിയിരുന്നു. അച്ഛനെങ്ങോട്ടു പോയെന്ന് ഞാൻ ആരോട് ചോദിക്കും? ഈ നഗരത്തിലിപ്പോൾ അച്ഛന്റെ സുഹൃത്തുക്കളായി ആരുമില്ല. ശത്രുക്കളും ഉണ്ടാവാനിടയില്ല. നേരത്തെ ഉണ്ടായിരുന്ന സുഹൃത്തുക്കളും ശത്രുക്കളും എന്നോ മരിച്ചുപോയിരുന്നു. ഒരിക്കലും അച്ഛനുമമ്മയും കയർത്തു സംസാരിക്കുന്നത് ഞാൻ കേട്ടിട്ടില്ല. അല്ലെങ്കിലും അച്ഛൻ ഒളിച്ചോടുന്ന പ്രകൃതക്കാരനല്ല. പിന്നെ ഇപ്പോൾ... ഇങ്ങനെ... എനിക്കൊന്നും പിടികിട്ടിയതേയില്ല.

പാൽക്കാരനിലൂടെയും വേലക്കാരിയിലൂടെയും വാർത്ത പരന്നപ്പോൾ ചിലരെല്ലാം അന്വേഷിച്ചെത്തി. നഗരത്തിലെ എല്ലാ വാർത്തകളെയും പോലെ അച്ഛന്റെ തിരോധാനവും മണിക്കൂറുകൾക്കകം വിലകുറഞ്ഞതായി മാറി. അമ്മയും ഞാനും മാത്രം മരവിച്ച പ്രതീക്ഷയുമായി അടച്ചിട്ട വീട്ടിനുള്ളിൽ കഴിഞ്ഞുകൂടി. അടുത്തെങ്ങും ആരുമില്ലെന്ന് ബോദ്ധ്യമാകുന്ന നിമിഷങ്ങളിൽ പൊട്ടിപ്പൊട്ടിക്കരഞ്ഞു. ക്ലോക്കുകൾ അപശ്രുതിയോടെ മണിമുഴക്കുമ്പോൾ ഞെട്ടിത്തരിച്ച് പരസ്പരം നോക്കിയിരുന്നു. പെയ്യാനൊരിക്കലും സാദ്ധ്യതയില്ലാത്ത ഒരു മേഘംപോലെ ഞങ്ങളുടെ വീട് വരണ്ടുപോയി.

സന്ധ്യാനേരത്താണ് ശാന്തമായിത്തുടങ്ങിയ ഫോണിൽ തുരുതുരെ മണിയടി കേട്ടത്. ഞാനോടിച്ചെന്ന് ഫോണെടുത്തു. പരിചയമില്ലാത്തതും കനത്തതുമായ ഒരു സ്വരം. പൊലീസ് സ്റ്റേഷനാണ്. സർക്കിൾ ഇൻസ്പെക്ടർ സംസാരിക്കുന്നു. കഴിയുന്നതും വേഗം ഒന്നിവിടെവരെ വരണം.

ചോദ്യങ്ങൾക്ക് മറുപടി പറയാൻ സന്മനസ്സ് കാണിക്കാതെ കഴിയുന്നതും വേഗം വരൂ എന്ന് ഒരിക്കൽക്കൂടി ആവർത്തിച്ച് ഫോൺ താഴെ വച്ചു. അമ്മയെ വിവരമറിയിക്കാൻപോലും മെനക്കെടാതെ ഞാൻ ചാടിയിറങ്ങി. സ്റ്റേഷന് മുന്നിലെത്തിയപ്പോൾ ഇൻസ്പെക്ടർ ജീപ്പിൽ ചാരി എന്റെ വരവും പ്രതീക്ഷിച്ച് നില്ക്കുകയായിരുന്നു.

ഇങ്ങോട്ടു കയറാം - ഞാൻ ജീപ്പിൽ കയറി. ഇൻസ്പെക്ടർ ഇടതുഭാഗത്തായിരുന്നു. പഴയൊരു പൊലീസുകാരൻ വണ്ടിയോടിച്ചു. വണ്ടിയിൽവച്ച് പൊലീസുകാർ ഒന്നും മിണ്ടിയില്ല. ചോദ്യം ചോദിക്കാൻ പുറപ്പെട്ട എന്നെ വിലക്കി. മുമ്പോട്ടുള്ള വഴി കാണിച്ചുതന്നു.

വഴി പുറകോട്ടോടുകയായിരുന്നു. വഴിയരികിലൊക്കെ ഭയസംഭ്രമങ്ങളോടെ ഞാൻ നോക്കിക്കൊണ്ടിരുന്നു. ഏതെങ്കിലുമൊരു ഒഴിഞ്ഞ കെട്ടിടത്തിന് മുന്നിലോ കായലിന്റെ കരയിലോ വണ്ടി ചെന്നു നില്ക്കുമെന്ന് ഞാനൂഹിച്ചു.

പക്ഷേ, ജീപ്പ് നഗരവീഥികളിൽക്കൂടിത്തന്നെ ഓടുകയായിരുന്നു. പരിചയമുള്ള തെരുവുകളും കെട്ടിടങ്ങളും. പിന്നിട്ടുകൊണ്ടിരുന്നു. ഇൻസ്പെക്ടർ പുറത്തെവിടെയോ കണ്ണയച്ചുകൊണ്ടിരിക്കുകയാണ്.

“ഇവിടെത്തന്നെ...” അയാൾ ഉറക്കെപ്പറഞ്ഞു.

ജീപ്പ് പെട്ടെന്നുനിന്നു. തിരക്കേറിയ മുക്കൂട്ടുപെരുവഴിയിൽ ചക്രങ്ങളുരഞ്ഞ് ശബ്ദമുണ്ടാക്കി. മൂന്ന് റോഡുകൾ വന്നുചേരുകയോ പിരിഞ്ഞുപോവുകയോ ചെയ്യുന്ന ആ കവലയിൽ ഇൻസ്പെക്ടറുടെ പിന്നാലെത്തന്നെ ഞാൻ ചാടിയിറങ്ങി. എന്താണെനിക്ക് വിധിച്ചിരിക്കുന്ന കാഴ്ച... എവിടെ?... അതെവിടെ?

ഇൻസ്പെക്ടർ തലയിൽനിന്ന് തൊപ്പി അഴിച്ചുമാറ്റി. എന്റെ തോളിൽപ്പിടിച്ച് പതുക്കെ തലയുയർത്തി. എന്റെ കഴുത്തും പെട്ടെന്നുയർന്നു. നിയോൺ വെളിച്ചത്തിൽ കുളിച്ചുനില്ക്കുന്ന ഒരു പ്രതിമയ്ക്കു മുന്നിലാണ് ഞങ്ങൾ നില്ക്കുന്നത്. കറുത്ത മിനുത്ത മാർബിൾത്തറയിൽ പുതുമ മാറാത്ത ഒരു പ്രതിമ. കരിഞ്ഞ പൂക്കളുടെയും മനംമടുപ്പിക്കുന്ന പെയിന്റുകളുടെയും ഗന്ധത്തിൽ പൊതിഞ്ഞ്, വളഞ്ഞ വടിയുമൂന്നി. നീണ്ട നേര്യതും ചുറ്റി വിറങ്ങലിച്ച നോട്ടവുമായി നില്ക്കുന്നു. അച്ഛൻ... എന്റെ അച്ഛൻ...

പരിചിതമായ ഒരു ഗന്ധം

ദേവൻ വെറും പാവമായിരുന്നു. അതുകൊണ്ടാണവനെ സ്കൂൾ പിള്ളേരെല്ലാം പാവം ദേവൻ എന്നു വിളിച്ചിരുന്നത്. അവനതിൽ വലിയ ആക്ഷേപവും തോന്നിയിരുന്നില്ല. ദേവന്റെ ഇനിഷ്യൽ പി ആയിരുന്നതു കൊണ്ട് അവന്റെ ഫുൾഫോം പാവം എന്നാണെന്ന് അദ്ധ്യാപകരും കരുതിപ്പോന്നു. അധികമാരോടും മിണ്ടാതെ, പഠിക്കുകയും നടക്കുകയും ഇരിക്കുകയും മാത്രം ചെയ്തിരുന്ന ദേവൻ ഉയർന്ന മാർക്കോടെ സ്കൂൾ വിട്ടുപോയത് ആരും ശ്രദ്ധിച്ചതുമില്ല.

കോളേജിലും ദേവൻ പാവം തന്നെയായിരുന്നു. അതിസുന്ദരനായ ദേവന്റെ പിന്നാലെ നടക്കാൻ ഒറ്റ ദിവസം മാത്രമേ ഓരോ പെൺകുട്ടിയും ചെലവഴിച്ചുള്ളൂ. അവരും കഷ്ടം നടിച്ചു. പാവം പാവം ദേവൻ.

പാവം ദേവന് ബി എസ് സി പാസാകാനും എം എസ് സിക്ക് സെക്കന്റ് റാങ്ക് വാങ്ങാനും ഒട്ടും പ്രയാസമുണ്ടായില്ല. അവനത്രകണ്ട് വായിക്കുമായിരുന്നു. ഒരല്പം അത്ഭുതമുണ്ടായത് അവന്റെ പ്രൊഫസർമാർക്ക് മാത്രമാണ്. മണിയടിക്കാനും മത്സരിക്കാനും നില്ക്കാതെ ഒഴിഞ്ഞുമാറി നടക്കാറുള്ള ദേവൻ ഒരു ബുദ്ദൂസായിരിക്കുമെന്നാണവർ കരുതിയത്.

എം എസ് സിക്കപ്പുറം പഠിക്കുന്നതിനോടയാൾക്ക് താല്പര്യമുണ്ടായിരുന്നില്ല. അയാളുടെ അമ്മയ്ക്കും അനിയത്തിക്കും തീരെ തൃപ്തിയുമുണ്ടായിരുന്നില്ല. അമ്മ ഓലമെടഞ്ഞും പച്ചിലവളം വയലിലെത്തിച്ചും ഉണ്ടാക്കുന്ന മുഷിഞ്ഞ നോട്ടുകൾകൊണ്ട് മൂന്നാളുടെ വിശപ്പു മാറ്റാൻ കഴിഞ്ഞിരുന്നില്ല. എസ് എസ് എൽ സി കഴിഞ്ഞ സഹോദരി കോളേജിൽ പോകാതിരുന്നത് മാറിമാറിയുടുക്കാനുള്ള നിറമുള്ള തുണികൾക്ക് ക്ഷാമം നേരിട്ടതുകൊണ്ടു മാത്രമായിരുന്നു.

റിസൾട്ട് വരുംമുമ്പേ ദേവൻ ജോലിക്കായുള്ള പത്തുപതിനാറു പരീക്ഷകളെ നേരിട്ടു. മൂന്നു പരീക്ഷകളുടെ റിസൾട്ട് വന്നപ്പോഴും അയാൾ പതിനഞ്ചിനകത്തുള്ള സ്ഥാനം കരസ്ഥമാക്കിയിരുന്നു. പക്ഷേ, അവർക്കൊക്കെയും മൂന്നോ നാലോ പേർക്ക് ജോലികൊടുക്കാനുള്ള ഉദ്ദേശ്യമേ ഉണ്ടായിരുന്നുള്ളൂ. ദേവൻ മൂന്നാമനായി ജയിച്ച പരീക്ഷയുടെ അനന്തര നടപടികൾ കോടതി തക്കസമയത്ത് സ്റ്റേ ചെയ്തതുകാരണം കടലാസുകൾ തണുത്തു മരവിച്ചു പോവുകയും ചെയ്തു.

ദേവൻ നിരാശനായില്ല. ക്ലാസ് വൺ മുതൽ ക്ലാസ് ഫോർവരെയുള്ള ഉദ്യോഗങ്ങൾക്ക് അപേക്ഷിക്കുകയും പരീക്ഷ എഴുതുകയും കൂട്ടത്തിൽ ചിലതിന് ഏറ്റവും വൃത്തിയുള്ള ഉടുപ്പുമണിഞ്ഞ് ഇന്റർവ്യൂ ബോർഡ് മുമ്പാകെ ഹാജരാകുകയും ചെയ്തു.

ജോലിക്ക് അപേക്ഷിച്ചതുകൊണ്ടുമാത്രം ജീവിതാശ കൈവിടാത്ത വിഭാഗം എത്തിപ്പെടുന്ന ആദ്യ ക്യാമ്പിൽത്തന്നെ ദേവനും സ്ഥലം പിടിച്ചു. ഇരുപത്തെട്ടും അമ്പത്താറും കളിച്ച് ചെവിയിൽ മച്ചിങ്ങ തൂക്കിയിടുന്ന മരച്ചുവട് വിലാസം ആർട്സ് ആന്റ് സ്പോർട്സ് ക്ലബ്ബിൽ അയാളും ഒരംഗമായി. അടുത്തപടി മാങ്ങാക്കുഞ്ഞിരാമന്റെ മലഞ്ചെരിവിലെ കുടിൽവ്യവസായ കേന്ദ്രമാണെന്ന് അന്ന് പാവം ദേവനറിഞ്ഞിരുന്നില്ല.

ദേവൻ മലഞ്ചെരുവിലേക്ക് കുടിയേറുംമുമ്പുതന്നെ പോസ്റ്റുമാൻ എക്സ് മിലിട്ടറി രാമക്കുറുപ്പ് ഓൺ ഐ ജി എസ് കവറുമായി മീനച്ചൂടിൽ നടന്നുവന്നു. ഐ ജി എസ് കവറിന് മിനിമം മൂന്നു രൂപ വരുമാനമുള്ളതുകൊണ്ടാണ് അദ്ദേഹം നേരിട്ട് ഗ്രാമത്തിൽ പ്രവേശിച്ചത്. ഇല്ലെങ്കിൽ ഇതൊന്നു ദേവനു കൊടുത്തേക്കിൻ എന്ന് ഗ്രാമത്തിലേക്ക് തിരിയുന്ന നിരത്തിൽവച്ച് ആരോടെങ്കിലും പറഞ്ഞ് അദ്ദേഹം കൈകഴുകുമായിരുന്നു.

ദേവൻ ക്ലബ്ബംഗത്വം രാജിവച്ചു. മച്ചിങ്ങാക്കൂണുകൾ മഞ്ചാടിത്തോട്ടിൽ വലിച്ചെറിഞ്ഞ് മൂന്നുടുപ്പുകളും അതിനുള്ള ചട്ടവട്ടങ്ങളും സഞ്ചിയിലാക്കി ഫാത്തിമാ മോട്ടേഴ്സിന്റെ ബാക്ക് സീറ്റിൽ കയറിയിരുന്ന് യാത്രയായി.

ദേവന് വേരിയസ് ഡിപ്പാർട്ടുമെന്റിൽ ക്ലാർക്ക്/സൂപ്രവൈസർ തസ്തികയിലാണ് നിയമനം കിട്ടിയത്. സംസ്ഥാന ജനന മരണ കേന്ദ്രത്തിൽ ചെന്ന് നേരിട്ട് പോസ്റ്റിങ് ഓർഡർ വാങ്ങിവേണം ഏതെങ്കിലും ആപ്പീസിലേക്ക് പോയി ജോയിൻ ചെയ്യാൻ.

ദേവൻ സംസ്ഥാനകേന്ദ്രത്തിൽ ചെല്ലുമ്പോൾ അവിടെ ഉദ്യോഗാർത്ഥികളാരുമുണ്ടായിരുന്നില്ല. അവന്റെ സഞ്ചിയും വേഷവും കണ്ടപ്പോഴേ ക്ലാസ്ഫോർ ശങ്കരപ്പിള്ളയ്ക്ക് ചിരിവന്നു. സ്റ്റൂളിൽ വിടർത്തിവച്ച രണ്ടു കാലിനുമിടയിൽ കൈപ്പത്തി അമർത്തിവച്ച് ക്ലാസിപ്പോറു കുലുങ്ങിച്ചിരിച്ചു. “എന്താ വൈകിപ്പോയോ? എല്ലാരും പോസ്റ്റിങ് ഓർഡറും കൊണ്ട് നാടൊട്ടുക്കും പറന്നുപോയിട്ട് ദിവസം നാലായല്ലോ.” തന്റെ രാജ്യത്ത് ഇനിയും വാഹനഗതാഗതം ആരംഭിച്ചിട്ടില്ലെന്നും എക്സ്

മിലിട്ടറി ആഴ്ചയിൽ രണ്ടു ദിവസമേ രംഗപ്രവേശനം ചെയ്യാറുള്ളൂവെന്നും ദേവൻ. പാവം ദേവൻ വിനയപൂർവ്വം അറിയിച്ചു. "ചെല്ല് ഒരു കടലാസി പ്പോഴും മേശപ്പുറത്തുണ്ട്."

മേശപ്പുറത്തെ കടലാസ് ആപ്പീസറിൽനിന്ന് കൈപ്പറ്റി. 'കിട്ടി ബോധി ച്ചിരിക്കുന്നു' എന്ന് ഔദ്യോഗിക ഭാഷയിൽത്തന്നെ എഴുതി ഒപ്പിട്ടുകൊ ടുത്തു. വായിച്ചുനോക്കിയപ്പോൾ നഗരത്തിൽത്തന്നെയാണ് പോസ്റ്റിങ്. നഗരത്തിന്റെ സിരാകേന്ദ്രത്തിലെ ആധുനിക ഇലക്ട്രിക്-ഇലക്ട്രോ ണിക്സ് ശ്മശാനത്തിലെ സൂപ്പർവൈസർ തസ്തിക.

ദേവൻ വിയർത്തുപോയി. പാവം ദേവൻ. മൂന്നാംക്ലാസിലെ രാമച ന്ദ്രൻ ചുഴലിദീനം വന്ന് പിടയുന്നതുകണ്ട് നിലവിളിച്ച് സ്കൂളാകെ ഞെട്ടി ച്ചവനാണ് ദേവൻ. പത്രത്തിൽ ബസിടിച്ചതിന്റെ പടം കണ്ട് തലചുറ്റിവീണ വനാണ് ദേവൻ. കോളേജ് കുന്നിൽ ഒരു ശ്മശാനമുള്ളതുകൊണ്ട് എന്നും പ്രധാന വീഥി വിട്ട് രണ്ട് ഫർലോങ് വളഞ്ഞവഴിയിലൂടെ യാത്ര ചെയ്യു ന്നവനാണവൻ. നാട്ടിലാരെങ്കിലും മരിച്ചാൽ ആ ഭാഗത്തേക്ക് തിരിഞ്ഞു നോക്കില്ലെന്നു മാത്രമല്ല മൂന്നുദിവസം ഭക്ഷണം കഴിക്കാൻപോലും വിഷ മിക്കാറുണ്ട്. പത്രത്തിലെ ശ്മശാനകോളമുള്ള പേജ് ഒരിക്കലും മറിച്ചു നോക്കാൻ അയാൾ മെനക്കെടാറില്ല. എന്നിട്ടാണിപ്പോൾ ശ്മശാനം സൂപ്പർ വൈസറായി ഉദ്യോഗം കിട്ടിയത്.

ആപ്പീസർ ചിരിച്ചു. നേരത്തെ വരാത്തതെന്ത്? ജനനനിയന്ത്രണ ത്തിലും ജനനപരിശോധനയിലും ജനനാനന്തര നിയന്ത്രണത്തിലു മൊക്കെ ഓരോ വേക്കൻസിയുള്ളത് ആദ്യം വന്നവരൊക്കെ കൈവശ പ്പെടുത്തിയല്ലോ. ഒടുക്കം വന്നവന് ഒടുക്കത്തെ ആപ്പീസ്. ചെല്ല് വിഷ് യു എ ഹാപ്പി ഒഫിഷ്യൽ ലൈഫ്.

ദേവൻ നടന്നു. വരാന്തയിലിരുന്ന് ക്ലാസിപ്പോർ ശങ്കരപിള്ള ചിലച്ചു. "സാരമില്ല മോനേ. വല്ലതും റ്റു മണീസ് കിട്ടുന്ന ലാവണമാ."

ദേവൻ നഗരവീഥിയിലേക്കിറങ്ങി. നടക്കുന്നതിനിടയിൽ ഒരു തീരു മാനമെടുക്കണം. പോസ്റ്റിങ് ഓർഡറിനു തീകൊളുത്തി നേരെ വീട്ടിലേക്ക് നടന്നാലോ? അതോ മറ്റൊരു ജോലി നേടുംവരെ ധൈര്യമവലംബിച്ച് ഇവിടെത്തന്നെ തുടരണോ? നടന്നെത്തിയത് ചൂണ്ടുപലകയുടെ മുന്നി ലാണ്. മങ്ങിയ പലകയിൽ തന്റെ ലാവണത്തിന്റെ പേര്. അങ്ങോട്ടു തിരി യണോ വേണ്ടേ? വീട്ടിൽച്ചെന്നാൽ അമ്മയുടെ ശാപം. അനിയത്തിയുടെ കോപം. നാട്ടുകാരുടെ പുച്ഛം, പുച്ഛത്തിനപ്പുറം ചായക്കടക്കാരൻ നമ്പ്യാ രുടെ ചുണ്ടുകോട്ടിയുള്ള ചിരി. ബസ് കയറുമ്പോൾ യാത്രയാക്കാൻ വന്ന ഏക മനുഷ്യൻ നമ്പ്യാരായിരുന്നു. "മോനേ ദേവാ മുപ്പത്തിമൂന്നര ഉറു പ്പികയാ. മറക്കാണ്ടാച്ച് പറഞ്ഞൂന്നേള്ളൂ."

ആധുനിക കവിതയിൽ നിന്നെന്നപോലെ ചുറ്റിലും ശവം മണക്കു ന്നുണ്ടോ എന്നറിയാൻ അയാൾ മുഖമുയർത്തി. അപരിചിതമായ ഒരു ഗന്ധമുണ്ട്. നഗരത്തിൽ വന്നതിനുശേഷം ഈ ഗന്ധം തന്നെയാണ് മൂക്കിൽ സ്ഥാനം പിടിച്ചിരിക്കുന്നത്.

എങ്ങനെ മുമ്പോട്ടു പോകേണ്ടൂ എന്നയാൾ ആലോചിച്ചു. പിന്നെ എന്തോ പ്രേരണയാൽ രണ്ടും കല്പിച്ച് മുന്നോട്ടേക്കുതന്നെ കാലെടുത്തുവച്ചു. സുന്ദരനായ ആ ചെറുപ്പക്കാരനെ കണ്ട് ആ തെരുവുവേശ്യ പുഞ്ചിരിച്ചു. അയാളവളെ സൂക്ഷിച്ചുനോക്കി. ഒരു സ്ത്രീയെ ആദ്യമായാണിങ്ങനെ തുറിച്ചുനോക്കുന്നതെന്ന് ദേവൻ ഓർത്തു. നോക്കാം ഒരു പക്ഷേ,. ഇതവസാന യാത്രയായിക്കൂടെന്നില്ല.

ആ നോട്ടം അയാളെ ജീവിതത്തിലേക്ക് കൊളുത്തിവലിച്ചു. പക്ഷേ, ജീവിക്കാനും വേണ്ടേ ഉറുപ്പിക? അതിന് ജോലി വേണം. മുമ്പോട്ടുതന്നെ നീങ്ങുക. ഏതോ പിശാചുക്കളുടെ സഞ്ചാരപഥത്തിൽപ്പെട്ടതുപോലെ അയാൾ മുന്നോട്ടുതന്നെ നീങ്ങി.

ആപ്പീസ് ചാരിയിരിക്കുകയായിരുന്നു. മൂന്നരമണിയായിട്ടേ ഉള്ളൂ. പോസ്റ്റിങ് ഓർഡർ ആരെയെങ്കിലും കാണിച്ച് ഏതെങ്കിലും രജിസ്റ്ററിൽ ഒപ്പിടേണ്ടതുണ്ടല്ലോ. ശമ്പളം കിട്ടാൻ ഒപ്പാണ് പ്രധാനം.

പടിവാതില്ക്കൽ കാവലിരുന്നു. അപ്പോഴേക്കും ഏതെങ്കിലും ശവം വന്നെത്തുമെന്നും അത് ദഹിപ്പിക്കേണ്ട ചുമതല ഏറ്റെടുക്കേണ്ടിവരുമെന്നും അയാൾ ഭയപ്പെട്ടു. പക്ഷേ, രണ്ടു മണിക്കൂർ ഇരുന്നിട്ടും ആരും വന്നില്ല. അവധി ദിവസമായിരിക്കുമോ? ശ്മശാനത്തിന് അവധി ഉണ്ടാകുമോ?

ഏഴുമണിവരെയും അയാളവിടെയിരുന്നു. ഇനിയും ഇരിക്കാൻ കഴിയില്ലെന്നയാൾക്കു മനസ്സിലായി. ശ്മശാനമാണ് പിന്നിൽ. ഇലക്ട്രിക്-ഇലക്ട്രോണിക്സ് ശ്മശാനത്തിൽ ഭൂതപ്രേത പിശാചുക്കളൊന്നുമുണ്ടാവുകയില്ലെങ്കിലും അയാളുടെ ഉള്ളിന്റെ ഉള്ളിൽ ഉറങ്ങിക്കിടക്കുന്ന ഭൂതങ്ങൾ ഇരുട്ടു കണ്ടാൽ പുറത്തുചാടും. ഇനി എന്തു ചെയ്യും? ഏതായാലും സീനിയോറിറ്റി നഷ്ടപ്പെട്ടുകഴിഞ്ഞു. ഇനി നാളെയാവട്ടെ. അയാളെഴുന്നേറ്റു. അപ്പോൾ ദൂരെനിന്നൊരു ഗാനം ഒഴുകി വന്നു. അസ്പഷ്ടമാണ്. പകുതി മൂക്കുകൊണ്ടും പകുതി വായകൊണ്ടുമാണ് പാടുന്നതെന്നുതോന്നും. ഗായകൻ അടുത്തടുത്ത് വരികയാണെന്ന് ശബ്ദത്തിന്റെ ആരോഹണം കൊണ്ടും മനസ്സിലായി, ശവഗാനങ്ങളൊന്നുമല്ല. സിനിമാ പാട്ടാണ്. പരിചിതമായ ഗാനം. ആത്മവിദ്യാലയമേ.. അവനിയിലാത്മവിദ്യാലയമേ..

ഇടയ്ക്ക് വിഴുങ്ങിയും ഇടയ്ക്ക് കടിച്ചുമുറിച്ചുമാണ് പാടുന്നതെങ്കിലും ഈണം കൃത്യമായിത്തന്നെ പാലിക്കുന്നുണ്ട്. പണ്ടേ പാട്ടിലിത്തിരി കൗതുകമുണ്ടായിരുന്ന ദേവന് ഒരല്പം ഉത്സാഹം കൈവന്നു.

"മന്നവനാട്ടേ.. യാചകനാട്ടേ..
വന്നിടുമൊടുവിൽ വഞ്ചിതാനടുവിൽ.."

ഗാനം അടുത്തടുത്തുവന്നു. നീണ്ട മുടി മുൻവശത്തേക്ക് വീണുകിടക്കുന്നതുകൊണ്ട് മുഖം കാണുന്നില്ല. ഒട്ട് തൂങ്ങി മുമ്പോട്ടുചാഞ്ഞുള്ള വരവ് കണ്ടാലറിയാം കുടിച്ചിട്ടുണ്ടെന്ന്. കള്ളുകുടിച്ച് വഴിതെറ്റി വരുന്ന ഏതോ ഒരുത്തനാവും. ഭാഗ്യം. ജീവനുണ്ടല്ലോ. ദേവൻ ആശ്വസിച്ചു.

ജീവനുള്ള ആ രൂപം മുന്നിൽ വന്നുനിന്നു. കൈകൊണ്ട മുടി മാടി

യൊതുക്കി. മുന്നിൽക്കണ്ട് സഞ്ചിക്കാരനെ സൂക്ഷിച്ചുനോക്കി.

"യാര്?" തലയാട്ടിക്കൊണ്ടുള്ള ചോദ്യം. ദേവൻ അയാളെ സൂക്ഷിച്ചുനോക്കി. കൊതുകുവലപോലുള്ള ഒരു കാക്കിക്കുപ്പായമാണയാൾ ധരിച്ചിരിക്കുന്നത്. ഒരുപക്ഷേ, അതിനുള്ളിൽ ഒരു സർക്കാർ ഉദ്യോഗസ്ഥനായിരിക്കുമോ? ദേവൻ വിനീതനായി.

"ഞാൻ പുതുതായി വന്ന സൂപ്രവൈസറാണ്." കേട്ടപ്പോൾ കാക്കിക്കാരൻ മടക്കിക്കുത്തഴിച്ചു.

"ക്ഷമിക്കണം സാർ. ഞാൻ വാച്ച്മാനാണ്. വാച്ച് വിറ്റുപോയി... അതുകൊണ്ട് സമയമറിഞ്ഞില്ല. ക്ഷമിക്കണം സാർ."

വാച്ച്മാൻ വാതിൽതുറന്നു. ലൈറ്റിട്ടു. ഒരു സ്വീകരണമുറിപോലെ വിശാലമായ മുറി. നേരെ ചെല്ലുന്നിടത്ത് ചില യന്ത്രസംവിധാനങ്ങൾ. ഒരുവശത്ത് ഒരു മേശയും കസേരയും അലമാരയും. മുന്നിൽ രണ്ട് സ്റ്റൂൾ. തീർന്നു. ഇതാണാപ്പീസ്.

"നമ്മൾ രണ്ടുപേരേ ഈ ആപ്പീസിലുള്ളൂ. ഒരാഴ്ചയായി ഞാനൊറ്റയ്ക്കായിരുന്നു. അഞ്ച് പോസ്റ്റുണ്ടായിരുന്നതാ മൂന്നെണ്ണം ദ്രവിച്ചുപോയി."

വാച്ച്മാൻ മേശയ്ക്കകത്തുനിന്നും ഒരു രജിസ്റ്ററെടുത്തു. "ഒപ്പിടാം. സാർ. ഇന്നു കാലത്തേ വന്നതായി രജിസ്റ്ററാക്കിക്കോളൂ."

ദേവൻ ഒപ്പിട്ടു. ഒപ്പിടുമ്പോൾ കൈവിറച്ചു. ആദ്യത്തെ ഔദ്യോഗിക മുദ്രയാണ്. അതിങ്ങനെയായിപ്പോയല്ലോ എന്ന് ദേവൻ ആലോചിച്ചു. പിന്നെ വിധിയിൽ വിശ്വസിച്ച് ഒരു കോളത്തിൽത്തന്നെ രണ്ടൊപ്പിട്ടു തൊട്ടപ്പുറത്ത് ജോയിൻ ചെയ്തതായി ഔദ്യോഗികഭാഷയിൽ കുറിച്ചുവച്ചു.

"എന്താ വാച്ച്മാന്റെ പേര്?"

വാച്ച്മാൻ ചിരിച്ചു. ഉറക്കെയുറക്കെ ചിരിച്ചു.

"ഹരിശ്ചന്ദ്രൻ."

അയാളെ അധികനേരം പരിഭ്രമിക്കാൻ വാച്ച്മാൻ അനുവദിച്ചില്ല. അയാൾ തുടർന്നു. "ഒരു ജോത്സ്യൻ പറഞ്ഞതനുസരിച്ചാണ് അച്ഛനീ പേരിട്ടത്. എനിക്കും അച്ഛനും ജോത്സ്യനിൽ വലിയ വിശ്വാസമാണ്. രാഹുകാലം നോക്കിയേ ഞാൻ ജോലി തുടങ്ങാറുള്ളൂ."

"അതുവരെ?"

"ശവങ്ങൾ ക്യൂ നില്ക്കും."

ആ കാഴ്ച ആലോചിക്കാൻ പോലും ദേവന് സാദ്ധ്യമായിരുന്നില്ല. ക്യൂ നില്ക്കുന്നതു കാണുന്നതേ അയാൾക്കിഷ്ടമല്ല. പിന്നെ ശവങ്ങൾ ക്യൂ നില്ക്കാൻ തുടങ്ങിയാലോ?

"ഞാനിനി പോകട്ടെ." ദേവൻ സഞ്ചിയെടുത്തു.

"എങ്ങോട്ട്?"

"വല്ല താമസസ്ഥലവും അന്വേഷിക്കട്ടെ."

"അതല്ലേ സാർ കുഴപ്പം. നമ്മളിവിടെ റ്റ്വന്റിഫോർ അവേഴ്സും ജോലിക്കാരാണ്. ഫൈവ് ഡേക്ക് രണ്ട് ഡേ ഓഫ്. ഓഫിനും ജോലി ചെയ്യ

ണം. പകരം ആള് വരികയാണെങ്കിൽ ഓഫെടുക്കാം. പക്ഷേ, ആരു വരാനാ സാർ? നമ്മള് ഈ പരിസരം വിട്ടുപോവാനും പാടില്ല. എപ്പോഴാണ് എങ്ങനെയാണ് ആള് മരിക്കുന്നതെന്ന് അറിയില്ലല്ലോ."

ഇപ്പോൾ വീഴും എന്ന നിലയിലായി ദേവൻ. ഒരു ലീവുപോലും കിട്ടുകയില്ലെന്നോ? ഇതൊരു ഊരാക്കുടുക്കായിപ്പോയോ? നേരെ ജോലി രാജിവച്ച് ഇറങ്ങി നടന്നാലോ. പക്ഷേ, വേറെന്തു ജോലി കിട്ടാനാണ്? തല്ക്കാലം ഇവിടെത്തന്നെ തുടരേണ്ടിയിരിക്കുന്നു. ദേവൻ കസേരയിൽത്തന്നെയിരുന്നു. തുടരെത്തുടരെ നെടുവീർപ്പുകൾ വന്നുവീണ് ശ്മശാനമുറി കനത്തുതുടങ്ങി.

"സാറ് സർക്കാർ സർവ്വീസിലാദ്യമാ അല്ലേ?"

"അതെ."

"അതാ ഒരു പരിചയക്കുറവ്. സാധാരണ ഡെപ്യൂട്ടേഷനിലാ ആളിവിടെ വരാ. ഒന്നൂല്ലെങ്കില് ഡെപ്യൂട്ടേഷൻ അലവൻസ് കിട്ടുല്ലോ. പിന്നെ വർഷത്തിൽ ഇരുപത്തഞ്ച് ഓഫ് വരെ ട്രഷറിക്ക് അടിപ്പെടുത്തിയാൽ അതിന്റെ മാർക്കറ്റു വിലയും കിട്ടും."

"ഓഹോ."

"സാറിന് ഈ സൈഡിലത്തെ മുറി ഉപയോഗിക്കാം. ഞാൻ ആപ്പീസിനകത്തുതന്നെ കിടന്നോളാം. ഇടയ്ക്ക് ഒന്നിനും രണ്ടിനും മൂന്നിനും നാലിനുമൊക്കെയായി ഞാനൊന്നു പുറത്തിറങ്ങും. അല്ലാത്തപ്പോഴൊക്കെ പോത്തുപോലെ കിടന്നുറങ്ങുന്നുണ്ടാവും. ഹരിശ്ചന്ദ്രാന്ന് മുഴുവനും വിളിക്കണ്ട. ചന്ദ്രാ എന്നൊന്ന് വിളിച്ചാമതി. ഓടിവരും. വന്നില്ലെങ്കിൽ സാറൊന്ന് കുലുക്കിവിളിച്ചാമതി. മൂന്നിന് പോയിട്ട് ഓവറായാൽ ഒരല്പം അധികം ഉറങ്ങിപ്പോകും. സാരമില്ല. കുറച്ചു വെള്ളം ചെവിയിലൊഴിച്ചാമതി."

ആ രാത്രി എങ്ങനെ കഴിച്ചുകൂട്ടിയെന്ന് ദേവനറിയില്ല. ഓരോ ഞരമ്പിലും ഉറങ്ങിക്കിടക്കുന്ന ഓരോ പ്രേതവും ഞരമ്പിലൂടെ തലച്ചോറിൽ കയറിവന്നു. പിന്നെ പുലരുവോളം നൃത്തമായിരുന്നു. ചുടലഭസ്മത്തിന്റെ ചാരനിറം സ്വപ്നത്തിലുടനീളം നിറഞ്ഞുനിന്നു. പുലരുമ്പോൾ ഉടുപ്പായും പുതപ്പായും വിരിപ്പായും ഉപയോഗിച്ച കൈലി നനഞ്ഞുകുതിർന്നിരുന്നു.

ആദ്യദിവസം തന്നെ ആറ് കേസുകൾ വന്നുപെട്ടു. ആദ്യത്തേത് ഒരനാഥ ശവമായിരുന്നു. റെയിൽവേപ്പാളത്തിലെ യുവതിയുടെ രണ്ട് കഷണവും വൃത്തിയായി കൂട്ടിത്തയ്ച്ച് രണ്ടു പൊലീസുകാർ ഉറക്കച്ചടവോടെ കയറിവന്നു.

യുവതിയെ നോക്കാൻ നില്ക്കാതെ ദേവൻ കടലാസുപണികൾ ധൃതിയിൽ ചെയ്തുതീർത്തു. മുൻഫയലുകൾ അയാളെ സഹായിച്ചു. അപ്പോഴും മേശയ്ക്കപ്പുറത്ത് കൂർക്കം വലിച്ചുറങ്ങുകയായിരുന്നു ഹരിശ്ചന്ദ്രൻ. രാഹുകാലം കഴിഞ്ഞതിനാൽ അയാളെ വിളിച്ചുണർത്തി. കോട്ടുവായിട്ടുകൊണ്ടയാൾ എഴുന്നേറ്റു. പായ ചുരുട്ടി ഫയലുകൾക്കുമേലെ അലമാരയിൽ വലിച്ചെറിഞ്ഞു. അയാൾ യുവതിയെ അടുത്തുചെന്നു പരി

ശോധിച്ചു. "റെയിലാ അല്ലേ?"

ബീഡി വലിച്ചുനിന്ന പൊലീസുകാരൻ തലകുലുക്കി. ഹരിശ്ചന്ദ്രൻ ശവം വലിച്ചുകൊണ്ടുപോകുന്ന ശബ്ദം മേശമേൽ മുഖമമർത്തിയിരുന്ന ദേവൻ കേട്ടു. ലിവറുകൾ വലിക്കുകയും യന്ത്രം മുരളുകയും ചെയ്തപ്പോൾ നഗരത്തിന്റെ ഗന്ധം-ഇന്നലെ മാത്രം പരിചയപ്പെട്ട ആ ഗന്ധം-വായുവിൽ നിറഞ്ഞു.

ദേവൻ അമ്മയ്ക്കെഴുതി.

പ്രിയപ്പെട്ട അമ്മേ,

ഇവിടെ സുഖമുള്ള ജോലിയാണ്. ദിവസം ആറോ ഏഴോ ഫയലുകൾ. ഏറിവന്നാൽ ഒരിരുപത്. വല്ല അത്യാഹിതവുമുണ്ടായാൽ കുറച്ചധികം ജോലി കാണും. ഞാൻ ഈ ആപ്പീസിന്റെ ചുമതലക്കാരനായതുകൊണ്ട് ഇടയ്ക്കിടെ നാട്ടിൽ വരാൻ പറ്റില്ല. സർക്കാർ കാര്യമല്ലേ. അങ്ങനെ ഇട്ടെറിഞ്ഞുവരാൻ പാടില്ലല്ലോ. ലീവുകിട്ടിയില്ലെങ്കിലും ശമ്പളം കിട്ടിയാൽ പണം കൃത്യമായി അയയ്ക്കാം. എല്ലാ ആഴ്ചയിലും ഓരോ എഴുത്തിടാം.

സ്നേഹപൂർവ്വം ദേവൻ

അന്നു മുഴുവനും അയാളവിടെത്തന്നെയിരുന്നു. ഹരിശ്ചന്ദ്രൻ ജോലി ചെയ്യുകയും ചുറ്റിക്കറങ്ങുകയും ഇടയ്ക്കൊക്കെ പട്ടയടിച്ചു വരികയും പട്ടയടിച്ചപ്പോഴെല്ലാം കൂടുതൽ വിധേയത്വവും സ്നേഹവും പ്രകടിപ്പിക്കുകയും ചെയ്തു. വൈകുന്നേരമായപ്പോൾ ഹരിശ്ചന്ദ്രൻ മേശയ്ക്കടുത്തുവന്നു. അന്നത്തെ ഒരേയൊരു പുഞ്ചിരി കിട്ടിയ സന്തോഷത്തിൽ ദേവനയാളെ സ്വീകരിച്ചിരുത്തി. ഹരിശ്ചന്ദ്രൻ പോക്കറ്റിൽനിന്ന് ചുരുട്ടിവച്ച കുറേ നോട്ടുകളെടുത്ത് ഇരുപതിന്റേത് അടിയിലും പത്ത്, അഞ്ച്, രണ്ട്, ഒറ്റ എന്നിവ അതിനുമുകളിലായും വച്ച് മുഴുവനും എണ്ണിക്കണക്കാക്കി. ഒടുവിൽ അതിൽനിന്ന് നാല്പത്തിയഞ്ചു രൂപ എണ്ണിയെടുത്തു മേശപ്പുറത്തുവച്ചു.

"എന്താണിത്?"

"കൈക്കൂലിയൊന്നുമല്ല സാർ. മരിച്ചവരുടെ ബാധ ഒഴിഞ്ഞല്ലോ എന്നു കരുതി ബന്ധുക്കൾ സന്തോഷിച്ചുതരുന്നതാണ്. വാങ്ങാതിരിക്കാൻ പറ്റോ? കാലത്തെ റെയിലുകേസ് വന്നപ്പോൾ ഞാനൊന്ന് വിരണ്ടുപോയി കണിഫലം മോശമല്ല."

"എനിക്കു വേണ്ട ചന്ദ്രാ."

"ഫിഫ്ടി ഫിഫ്ടി എന്നത് ഒരു നിയമമാണ് സാർ."

"എന്നാലും എനിക്കുവേണ്ട."

"അപ്പോൾ ഫുൾമണിയും എനിക്കോ? എന്നാലിന്ന് മൂന്നും നാലും കുശാലാക്കണം."

മൂന്നും നാലും കഴിഞ്ഞ് ഹരിശ്ചന്ദ്രനെത്തുന്നതുവരെ ദേവൻ ഭയന്നിരുന്നു. ചന്ദ്രൻ വന്നപ്പോൾ പുരാണങ്ങളുടെ കെട്ടഴിച്ചു. അശ്ലീലം കലർന്ന പുരാവസ്തുക്കൾ ശ്മശാനത്തിൽ നിറഞ്ഞുനിന്ന് ചിരിച്ചു.

ദേവനും ചിരിച്ചുപോയി. അവിടെ വന്നശേഷമുള്ള ആദ്യത്തെ ചിരി.

അവിടെ എത്തിയതിനുശേഷം ദേവനൊരു ദിവസംപോലും ഒഴിവു കിട്ടിയിട്ടില്ല. പണ്ടെഴുതിയ ടെസ്റ്റുകളുടെ വിവരമറിയാനും പുതിയ ടെസ്റ്റുകൾക്ക് അപേക്ഷ കൊടുക്കാനും അയാൾക്ക് നേരം കിട്ടിയില്ല. ഒന്ന് നാട്ടിൽ പോകാനോ നഗരത്തിൽത്തന്നെ ആരെയെങ്കിലും പരിചയപ്പെടാനോ കഴിഞ്ഞില്ല. തൊട്ടടുത്ത മുറുക്കാൻ കടകളിൽനിന്നു കിട്ടിയിരുന്ന മാസികകളും വാരികകളും മാത്രം വായിച്ചുകൊണ്ടിരുന്നു. അതു മടുത്തപ്പോൾ വായനയും നിർത്തി.

ആഴ്ചയിലൊരെഴുത്തെന്നത് മാസത്തിലൊന്നാക്കി. അതിനകത്തും ഒന്നുമെഴുതാനില്ലെന്നു വന്നപ്പോൾ ശമ്പളത്തിന്റെ പിറ്റേന്ന് അയയ്ക്കുന്ന മണിയോർഡർ കൂപ്പണിലെ ഈരടികളായി ചുരുങ്ങി. പെങ്ങളുടെ കല്യാണാലോചന വന്നപ്പോൾ അമ്മയെഴുതി:

"ദേവാ നീ വന്ന് ചെക്കനെ കാണണം. എങ്ങനത്തതാണെന്ന് എനിക്കറിയില്ല. നീയല്ലേ ഇവിടെ ആണും തൂണുമായിട്ടുള്ളത്. ഈ കത്തു കിട്ടിയ ഉടൻ നീ വരണം."

ദേവന് എത്രയും പെട്ടെന്ന് വീട്ടിലേക്ക് കുതിക്കണമെന്നുതോന്നി. സിക്ക് ലീവു കിട്ടുമോ എന്ന് തിരക്കി. സിക്കാണെങ്കിൽ നേരെ ഹോസ്പിറ്റലിലാക്കാനേ സാദ്ധ്യതയുള്ളുവെന്ന് മനസ്സിലായി. ആശുപത്രിയിൽ കിടന്നിട്ടും ശരിയായില്ലെങ്കിൽ നേരെ ഇലക്ട്രിക് ശ്മശാനത്തിലേക്ക് കൊണ്ടുവരാം.

ദേവൻ അമ്മയ്ക്കെഴുതി:

അമ്മ തന്നെ അന്വേഷിച്ചേ പറ്റൂ. എനിക്കൊരു ദിവസംപോലും പുറത്തുപോകാൻ കഴിയാത്തത്ര ജോലിത്തിരക്ക്. ലോണിനപേക്ഷിച്ചിട്ടുണ്ട്. കിട്ടിയാലുടൻ അയയ്ക്കാം.

മകളുടെ കല്യാണത്തിനു വന്നവരോടെല്ലാം അമ്മ പറഞ്ഞു കാണണം: "അവൻ ഒരു സ്ഥാപനത്തിലെ മേലധികാരിയല്ലേ? വിചാരിച്ചതുപോലെ ലീവൊന്നും കിട്ടുകയില്ല. അവനവിടെ ഭയങ്കര തിരക്ക്. നമുക്കെന്തു ചെയ്യാമ്പറ്റും."

വിവരങ്ങളൊക്കെ അമ്മ എഴുതി. എഴുത്തിൽ നിറയെ കണ്ണീരായിരുന്നു. കണ്ണീർപ്പാടുകൾക്കിടയിലെ വടിവില്ലാത്ത കൈയക്ഷരത്തിൽ മകനെക്കാണാനുള്ള വെമ്പൽ ചുരന്നുവന്നു. തുടർന്നുള്ള നീണ്ട ഇടവേളകളുടെ ശേഷം വീണ്ടും അമ്മയുടെ കത്തുവന്നു. കുഴമ്പിന്റെയും മരുന്നിന്റെയും മണമുള്ള കത്ത്. കൈയക്ഷരത്തിന്റെ വടിവ് ഏറെ വഷളായി കാണപ്പെട്ടു.

അയാളുടെ താടി നീണ്ടു. തലമുടി നീണ്ടു. കണ്ണുകളിൽ രണ്ടുനത്തുകൾ സദാസമയവും കയറിയിരുന്നു. വരുന്നവരെയൊക്കെ അയാൾ ശവമെന്നോ ശവത്തിന്റെ ബന്ധുക്കളെന്നോ നോക്കാതെ ചാടിച്ചുകൊണ്ടിരുന്നു.

ഹരിശ്ചന്ദ്രന്റെ കൂടെ പലപ്പോഴും അയാൾ മൂന്നിലും നാലിലും

പോയി. പഴയ ഫിഫ്ടി-ഫിഫ്ടി സിദ്ധാന്തം ദേവൻ അംഗീകരിച്ചു. അതോടെ അവരിരുവരും കൂടുതലടുത്തു.

"സാറിനൊരു കല്യാണം കഴിക്കരുതോ?"

"വേണ്ട ഹരിശ്ചന്ദ്രാ. ചുടലമാടന് ആര് പെണ്ണുതരും? പിന്നെ പെണ്ണു കാണാൻ എവിടാ നേരം?"

"നേരാ സാറേ അതാ ഞാനും അതിനങ്ങു മടിച്ചത്."

തനിക്കൊരു അസിസ്റ്റന്റിനെയും ഒരു എൽ ഡി ക്ലാർക്കിനെയും ഓപ്പറേറ്ററേയും അനുവദിച്ചുതരണമെന്ന ദേവന്റെ പരിദേവനങ്ങൾ ക്വറികളുമായി തിരിച്ചുവന്നു. വീണ്ടുമയച്ചവ തിരിച്ചുവന്നതേയില്ല. പകരക്കാരനെ നിയമിച്ച് രണ്ടുമാസം അവധി തരണമെന്ന നിവേദനവും പരിഗണിക്കാമെന്നു പറഞ്ഞ് ഫയലിൽ വച്ചുപൂട്ടി.

അമ്മയുടെ കത്ത് വീണ്ടും വന്നു. ഇത്തവണ മറ്റാരോ ആണ് അമ്മയ്ക്കുവേണ്ടി കത്തെഴുതിയത്. അതുകൊണ്ടാവണം അമ്മയുടെ മണം കത്തിലുണ്ടായിരുന്നില്ല. അതയാളിൽ വല്ലാത്ത നഷ്ടബോധമുണ്ടാക്കി. കത്തിലെ അവസാന വാചകങ്ങളിൽ ദേവന്റെ കണ്ണുകൾ വളരെനേരം തങ്ങിനിന്നു. 'മോനേ... നീയിനിയും എന്നെ വന്നു കാണുന്നില്ലെങ്കിൽ ഈ വയ്യാത്ത കാലത്ത് ഞാനങ്ങോട്ടുവരും. ലീവില്ലെന്നതൊക്കെ കള്ളക്കളിയാണെന്നാണ് നാട്ടുകാർ പറയുന്നത്. നീ അവിടെ സമ്മന്തം തുടങ്ങിക്കാണുമെന്ന് നിന്റെ അളിയനും പറയുന്നു. ഞാനെന്തു ചെയ്യണം? അവളെ കാണാനെങ്കിലും ഞാനങ്ങോട്ടുവരും.."

ദേവന് ചിരി വരേണ്ടതായിരുന്നു. പക്ഷേ, ചിരിച്ചില്ല. ദേവനിപ്പോൾ ചിരിക്കാറേയില്ല. പുതിയ ശമ്പളക്കമ്മീഷന്റെ റിപ്പോർട്ട് സർക്കാരംഗീകരിച്ചിട്ടും ദേവന്റെ മുഖത്ത് പ്രസാദം പരന്നില്ല. അമ്മയ്ക്കുള്ള വിഹിതവും മൂന്നിനും നാലിനുമുള്ള വിഹിതവും വർദ്ധിപ്പിച്ചുവെന്നുമാത്രം.

ഹരിശ്ചന്ദ്രനങ്ങനെയായിരുന്നില്ല. അയാൾ സദാസമയവും കുടിക്കുകയും പൊട്ടിച്ചിരിക്കുകയും ചെയ്തു. അയാൾക്കിപ്പോൾ പരമസുഖമാണ്. പുറത്തുപോയി തിരിച്ചുവരാൻ വൈകിയാലും പേടിക്കേണ്ട. സാറു തന്നെ കുറ്റിയും കൊളുത്തും വലിച്ചുകൊള്ളും. നാണംകുണുങ്ങിയായ ദേവന്റെ ആ പഴയ സുന്ദരക്കുട്ടപ്പൻ രൂപമോർത്ത് അയാളിടയ്ക്കിടെ പുഞ്ചിരിക്കും.

ദേവനിപ്പോൾ പുറത്തിറങ്ങുന്നതും വിരളമായിരിക്കുന്നു. മുഴുവൻ സമയവും ഇരിക്കുകയും ഉലാത്തുകയും ഉറങ്ങുകയും ചിന്തിക്കുകയും ചെയ്തുകൊണ്ട് അയാൾ ജീവിച്ചു. ചിലപ്പോഴൊക്കെ ചുടലഭസ്മംകൊണ്ട് ചുവരിൽ ചിത്രങ്ങൾ വരച്ചിടും. ഹരിശ്ചന്ദ്രൻ അതിന്റെ അർത്ഥം ചോദിച്ചാൽ അയാളൊന്നു മുഖം ചുളിക്കും.

വെള്ളിയാഴ്ച ദേവന് ജോലിത്തിരക്കേയില്ലായിരുന്നു. കാത്തുകാത്തിരുന്നാണ് വൈകുന്നേരം ഒരു ആംബുലൻസ് വന്നുനിന്നത്. പൊലീസുകാരുടെ അകമ്പടിയോടെ വന്നത് ഒരനാഥശവമായിരുന്നു. കടലാസുകൾ ശരിപ്പെടുത്തി. പൊലീസുകാരെ തൃപ്തിപ്പെടുത്തി. ഹരിശ്ചന്ദ്രനെ

കാണാനില്ലായിരുന്നു. അനാഥ ശവത്തിൽനിന്നും കിട്ടാനൊന്നുമില്ലെന്ന റിയാവുന്ന അയാൾ അറിഞ്ഞാലും ഓടിവരാനിടയില്ല. ദേവൻതന്നെ യന്ത്രത്തെ സമീപിച്ചു. യന്ത്രത്തിലേക്കുള്ള ബെൽറ്റിൽ കിടക്കുന്ന ശവത്തെ നോക്കേണ്ട ബാദ്ധ്യത അയാൾക്കില്ലാത്തതുകൊണ്ട് കൈ നേരെ ലിവറിൽചെന്നു പതിച്ചു. ലിവർ വലിക്കേണ്ട താമസം ബെൽറ്റ് നീങ്ങി. ശവം അന്ത്യയാത്ര തുടങ്ങി. ഒരു വൃദ്ധയുടെ ശവമാണെന്നുമാത്രം അയാൾ കണ്ടു. പക്ഷേ, ശവത്തിന്റെ അടയാത്ത കണ്ണുകൾ അയാളെ തുറിച്ചുനോക്കുന്നുണ്ടായിരുന്നു. ആ കണ്ണുകൾ അയാൾക്ക് പരിചിതമായി തോന്നി. എവിടെയോ കണ്ട മുഖം! അയാൾ നിർത്താൻ വേണ്ടി ലിവർ വലിച്ചെങ്കിലും അതിനുമുമ്പേ യന്ത്രം അജ്ഞാതശവത്തെ വിഴുങ്ങിക്ക ഴിഞ്ഞിരുന്നു. ഭീതിദമായ ഒരു മൂളലോടെ യന്ത്രം അതിന്റെ കടമ പൂർത്തി യാക്കി. അന്തരീക്ഷത്തിൽ ചിരകാല പരിചയമുള്ള ഒരു ഗന്ധം പരന്നു. മുലപ്പാലും വിയർപ്പും എണ്ണയും കൂടിക്കുഴഞ്ഞ ആ പഴയ ഗന്ധം!

www.ingramcontent.com/pod-product-compliance
Lightning Source LLC
LaVergne TN
LVHW040824051026
849519LV00007BA/2737
9789390301720